அ. கரீம்

கோவையில் வழக்குரைஞராகப் பணியாற்றுகிறார். இவரின் முதல் சிறுகதைத் தொகுப்பு ‘தாழிடப்பட்ட கதவுகள்’ தமிழ் இலக்கியப்பரப்பில் பெறும் கவனம் பெற்றது. மனித உரிமைச் செயற்பாட்டாளராகவும் கோவையில் தமிழ்நாடு முற்போக்கு எழுத்தாளர்கள், கலைஞர்கள் சங்கத்தின் நிர்வாகியாகவும் உள்ளார்.

அகல்யாவுக்கும் ஒரு ரொட்டி

அ. கரீம்

எதிர்
வெளியீடு

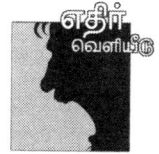

அகல்யாவுக்கும் ஒரு ரொட்டி
அ. கரீம்

முதல் பதிப்பு: பிப்ரவரி 2021

எதிர் வெளியீடு,
96, நியூ ஸ்கீம் ரோடு, பொள்ளாச்சி – 642 002.
தொலைபேசி: 04259 – 226012, 99425 11302.

விலை: ரூ. 140

Agalyavukkum Oru Rotti
A. Kareem

First Edition: February 2021

Published by
Ethir Veliyeedu, 96, New Scheme Road. Pollachi – 2.
email: ethirveliyedu@gmail.com
www.ethirveliyedu.in

ISBN: 978-93-90811-14-4

Printed at Jothy Enterprises, Chennai.
Cover Design: Jeevamani

Copyright © A. Kareem

All rights reserved. No part of this book may be reprinted or reproduced or utilised in any form or by any electronic, mechanical or other means, now known or hereafter invented, including Photocopying and recording, or in any information storage or retrieval system, without permission in writing from the Publisher.

கதைகள்

அன்பே ஆசியா... செல்லமே யாஸ்மின்... ... 17

தேசவிரோதியின் எஞ்சிய குறிப்புகள் ... 27

அதிகாலை நிசப்தம் ... 36

இன்று தஸ்தகீர் வீடு ... 48

அகல்யாவுக்கும் ஒரு ரொட்டி ... 57

கானல் நீர் உருவங்கள் ... 68

கிருமி நாசினிகள் ... 74

சாம்பல் பறவைகள் ... 83

எம்ஜியாருக்கு வயசாகிடுச்சு ... 91
(பொன்மனச் செம்மல்)

பஷிரின் கடைசிக் கிடாய் ... 102

வறண்டநிலத்தில் பூ ... 112

கொரோனாவின் கொடுங்காலத்தில்
பல ஆயிரம் கிலோமீட்டர் நடந்தே
மாண்டுபோன உயிர்களுக்கும்...
எல்லா உயிர்களையும்
அளவில்லாமல் நேசிக்கும்
தாயுமானவர்
எழுத்தாளர். ச.தமிழ்செல்வனுக்கும்...

நன்றி

ம.மணிமாறன், பவாசெல்லதுரை, திரைக்கலைஞர் ரோஹிணி,
கருப்பு அன்பரசன், எஸ்.செந்தில்குமார், இலட்சுமி காந்தன்,
அய்.தமிழ்மணி, உமர்பாரூக், சேயன்.இப்ராஹிம், பாமரன்,
பேரா.ப.செல்வகுமார், சின்னசாமி, பிரதீப், புலியூர் முருகேசன்,
தமுஎகச அறம்கிளை, வாசகசாலை
செம்மலர், பேசும் புதியசக்தி,
படைப்பு தகவு
உயிர்மை இணைய இதழ்
புக்டே இணைய இதழ்
கனலி இணையஇதழ்

பகடியும் பரிகாசமும்தான் அதிகாரத்தின் கன்னத்தில் அறை கொடுக்கும்

நம்பிக்கையளிக்கின்ற எழுத்தை முன்வைத்துவரும் அ.கரீமின் சமீபத்தைய சிறுகதைகள், நம்மிடத்தே சலனங்களை எழுப்பியவண்ணம் உள்ளது. அரசின் அநீதியை அதிகாரத்தைச் சாடும் நிலையில், வாசகனிடம் ஆவேசத்தை உண்டாக்குகின்றன. அதிகார வெறி மற்றும் சகிப்புத்தன்மையின்றி அபத்த நிலையை எட்டுகையில், பரிகசிப்பை உருவாக்குகின்றன. கொரோன ஊரடங்கால், புலம்பெயரும் கூலிதொழிலாளர் வாழ்வின் சிதைவை சித்தரிக்கையில், பெரும் அவலத்தைப் பதிவாக்குகின்றன. இஸ்லாமிய சமூகத்தில் வகாபிய அடிப்படைவாதக் குரல் உரத்து மேலோங்குகையில், அதனை விமர்சனத்திற்குள்ளாக்குகின்றன.

“வானம், பூமி, துண்டுக் காகிதம், கடந்து போகும் உருவம், சிலந்திவலை என அனைத்திடங்களிலிருந்தும் வரும் உணர்வுகளின் கொள்கலனாக இருக்கிறான் கலைஞன்” என்கிறார் பிகாஸ்ஸோ.

80 வயதான பஷிர் பத்துப் பதினைந்து ஆடுகளை வளர்த்து வருகிறார். பராமரிக்க இயலாத நிலையில் விற்றுவிட முற்படுகிறார். விலைக்கு வாங்கியவன் அவற்றை வாகனத்தில் ஏற்றிச் செல்கையில், ஒரு செங்கிடாய் மட்டும் பஷிரிடம் கொள்ளும் பாசத்தால், பிரிய மனமின்றி கதறுகிறது. அதனைத் தாங்கிக்கொள்ள இயலாத அவர், அதனைத் தன்னுடனேயே வைத்துக் கொள்கிறார். பிற்பாடு தன் மூன்றாம் குழந்தையின் பிறப்புக்காக விருந்தளிக்கும் பொருட்டு, அந்தக் கிடாயை மகன் வேண்டும்போது நிராகரித்து விடுகிறார்.

கறிக்கடை ரஹூம் கறிபோடுவதற்காக நல்ல விலைக்கு கேட்கும்போது மறுத்துவிடுவதுடன் அவமானப்படுத்தியும் விடுகிறார். இதனால் ஒருநாள் பாதுகாப்பின்றி திரிந்து கொண்டிருந்த செங்கிடாயை தன் கொல்லையில்

கட்டிப்போட்டு, கிழவரை அவதிப்பட வைக்கிறான் ரஹும். ஆனால் கட்டினை அவிழ்த்துவிட்டு, சீக்கிரமே கிழவனிடம் வந்து சேர்ந்துவிடும் கிடாய். இது 'பஷிரின் கிடாய்' சிறுகதை.

'வறண்ட நிலத்தில் பூ' என்னும் கதை கனவன் – மனைவியரிடையேயான பிணைப்பற்ற தன்மையைச் சித்தரிக்கிறது. கணவன் குடும்பப் பெறுப்புகளை சரிவர நிறைவேற்றினாலும் மனைவியை ஒரு பொருட்டாக எண்ணாமல், அவளிடம் அன்பு கொள்ளாமல், மதிப்பு காட்டாமல் இருப்பதுதான் அவளது உள்ளொடுங்கிய நிலைக்கும் உள்ளார்ந்த துயரத்திற்கும் காரணம் என்பதை உணர்ந்த மாத்திரத்தில், மன்னிப்பு கேட்டுவிடும் தருணம், அவனிடத்தே பெரிய குதூகலத்தை மலரச் செய்து விடுகிறது.

சமூக ஊடகங்களில் இஸ்லாமிய நெறிமுறைகளை, வகாபியிஸத்தின் மேலாதிக்கத்தை விமர்சனம் செய்வதை சகித்துக் கொள்ளாத ஜலீல், கத்தியால் குத்திக் கொன்றுவிடும் அதீத நிலைக்கு போய்விடுவதை 'அன்பே ஆசியா… செல்லமே யாஸ்மின்' சுட்டிக்காட்டுகிறது. இது இஸ்லாத்துக்குள்ளேயே நிகழ்வது. இஸ்லாத்திற்கும் இந்துமதத்திற்கும் இடையேயான அல்லது இவ்விரு மதங்களைச் சார்ந்தவர்கள் சினேகிதர்களாகி சகோதரர்களாகும் புள்ளியில், கொரோனா சூழலைப் பயன்படுத்தி, இரு சமூகத்தினரிடையே புரிந்து கொள்ளல் இல்லாது, காழ்ப்புணர்வுகள் வளர்ந்து வருகிறது. ஆனால் அவர்களுக்கு இடையேயான நட்பு ஆழமானதால் இந்தச் சிக்கல்கள் ஒன்றுமில்லாது போவதை 'கிருமி நாசினிகள்' புலப்படுத்துகிறது.

"நாம் என்ன உணருகின்றோம், என்ன எண்ணுகிறோம் எதை நம்புகிறோம், எதற்கு அஞ்சுகிறோம் என்பதை நாமறிவோம்; ஆனால் இவ்வுணர்வுகளையும் பார்வைகளையும் மற்றவர்கள் எவ்விதம் பரிசீலிக்கின்றனர் என்பதை நாமறியோம்" என்பார் டேவிட் லாட்ஜ். இஸ்லாமியரின் பார்வையில் இந்துக்களின் உணர்வையும் இந்துக்களின் பார்வையில் இஸ்லாமியரின் உணர்வையும் உள்வாங்கிக் கொள்ளாத பிரச்சனைதான் இங்கே கரீமால் முன்வைக்கப்படுகிறது. அது மட்டுமின்றி, இஸ்லாத்துக்குள்ளேயே தாராளவாத எண்ணங்கள் தலையெடுக்காவண்ணம் அடிப்படைவாதம் அடக்கியாள்வதும் பேசப்படுகிறது. தாராளமனதுடன் தமிழரின் பொங்கல் பண்டிகையைக் கொண்டாடும் சில இஸ்லாமியரின் மேன்மையும் 'நம் வழிபாட்டு முறை வேறாக இருக்கலாம். ஆனால் பண்பாடு எந்த மதத்தில் இருந்தாலும் ஒன்றுதான்' என்னும் வரியில் உணர்த்தப்படும்.

‘அதிகாலை நிசப்தம்’, ‘தேசவிரோதியின் எஞ்சிய குறிப்புகள்’, ‘இன்று தஸ்தகீர் வீடு’ ஆகிய கதைகள் அரசு அதிகாரத்தை எதிர்த்து குரல் கொடுப்பவை, அநீதியை அம்பலப்படுத்துபவை.

காற்றினை இலவசமாக சுவாசித்து வருவது வரிவிதிப்புக்கு உள்ளாக்கப்படவேண்டும்; மூன்று மாதங்களுக்கு மேல் கணவன் – மனைவி சேர்ந்து வாழ்ந்தால் தண்டனை; பாகுபாடு / பேதங்கள் இல்லாமல் ஒரே நிறத்தில் ஜட்டி அணிய வேண்டும் – ஒரே ஜட்டி, ஒரே லங்கோடு, ஒரே நாடு நிலவ வேண்டும் எனப் பரிகசிக்கிறது ‘அதிகாலை நிசப்தம்’.

‘அன்பே
நிலவுக்கு உன் முகத்திலிருந்து
வண்ணம் எடுத்தார்களா
இல்லை
நிலவிலிருந்து வண்ணமெடுத்து
உனக்குப் பூசினார்களா
சொல்
என் வெண்ணிலவே’

என்று ஒரு கவிஞர் எழுதுகிறார். ‘நிலவிலிருந்து வண்ணத்தை எடுக்க முடியாது ஆனால் எடுக்க முடியும் என்று சொல்வதால் பொதுச்சொத்துக்கு சேதாரம் விளைவிக்கும் நோக்கத்தோடு வெகு நாட்களாக செயல்பட்டதாக’ அரசு முடிவுக்கு வருகிறது. – இத்தகு அரசை என்னதான் செய்வது. அதிகபட்சமாக நைய்யாண்டி பண்ணலாம்– தெருக்கூத்து கோமாளி போல நாயக நடிகரின் பெருமிதத்தை அப்போதே நொறுக்கிவிடலாம்.

‘தேசவிரோதியின் எஞ்சிய குறிப்பு’களில் மகளுக்கு எழுதும் கடிதம் கூட அரசியலாக்கப்படுகிறது. தண்டிக்கப்படுகிறது. இதனால் அக்கவிஞர் வெளிப்படையாக மேடையில் முழங்கத் தொடங்குகிறார்.

“...எங்கள் மீது தொடுக்கும் அடி யாவும்
திரும்பவும் எதிர்வினையாக
உங்கள் மீது விழும்
அந்த நாளின் ஒளிக்கீற்றை
கண்ணை அகலத் திறந்து
பாருங்கள்
தூரத்தில் தெரியும்...”

மக்களின் சிறு சிறு பிரச்சனைகளைத் தீர்க்க உதவிவரும் அன்சாரியை அரசு தனக்கு எதிராளியாகப் பாவித்து இரண்டு மூன்று வருடங்கள் விசாரணையின்றியே சிறையில் அடைக்கிறது. 'இன்று தஸ்தகீர் வீடு' கதையில் அடாவடித்தனமாக செயல்படும் அதிகாரிகளைக் கண்டிக்கும் தஸ்தகீர் வேட்டையாடப்படுகிறான். இருந்தும் சுருட்டி எறியப்பட்ட இந்திய வரைபடத்தை தனது பிஞ்சுக் கரங்களால் விரித்து நேர் செய்துகொண்டிருந்தான் அவனது மகன் தௌபிக்.

அடுத்து ஊரடங்கு காலகட்ட அவலங்கள் இரு கதைகளில். புலம் பெயர்ந்து வாழும் கூலித் தொழிலாளர் வாழ்விலும் ஆளரவமற்ற நகர /கிராம வெளிகளில் பிச்சைக்காரரர் வாழ்விலும் பசியின், பட்டினியின் குரூரம் நிகழ்த்தும் துயரம் உரக்கவே பேசப்படுகிறது.

தில்லியிலிருந்து புலம்பெயர்ந்து ஆயிரக்கணக்கான மைல் தூரத்தையும் நடந்தே செல்ல முற்படும் கூட்டத்தில் அகல்யாவும் அவளது இரு குழந்தைகளும். கட்டுமான வேலையின்போது கணவன் விபத்தில் மடிந்துவிட, நிவாரணத் தொகையும் கிடைக்காமல் தவிக்கும் நிலையில், ஊரடங்கு அறிவிக்கப்பட, அகல்யா தன் பிள்ளைகளுடன் நடந்து வருகிறாள். இருந்த ரொட்டிகள் தீர்ந்து, சக தொழிலாளர்களிடம் போதுமான அளவு உதவி பெற்றாயிற்று, இனி அவர்களை தர்மசங்கடத்திற்கு உள்ளாக்கலாகாது என்றுணர்ந்து, குழந்தைகளுடன் ஆற்றில் விழுந்து தற்கொலை செய்து கொள்கிறாள்.

"இதிகாசத்தில் ரிஷியாய் சாபமிடப்பட்டு ராமபிரானால் மீட்டு காப்பாற்றப்பட்ட அகல்யா ராமசீடர்களால் வதம் செய்யப்படுகிறாள்" என்றும்,

"குழந்தைகள் பசிக்கிறது என்று அழுதுகொண்டே வந்ததினால் என்ன செய்வது என்று தெரியாமல் நின்றவள் அழுது கொண்டே 'ஜெய் ஸ்ரீராம்' என்று சொல்லிவிட்டு ஆற்றில் குதித்துவிட்டதாக பார்த்தவன் சொன்னான்"

என்றும் இக்கதையில் வரும் வரிகளால் எழுத்து கூடுதல் பரிமாணம் பெற்று விடுகிறது.

கொரோனா/ ஊரடங்கு சார்ந்து கதைகளும் அதிகாரத்தை விமர்சனத்திற்குள்ளாகும் கதைகளும் அ.கரீமுக்கே உரித்தானவை. சமூகத்தின் மீது அக்கறையும் பொறுப்பும் உள்ள எழுத்தாளன் என்ன எழுதவேண்டுமோ அதனை கரீம் எழுதுகிறார். ஆற்றல் மிக்க எழுத்தாளரைப்போல் அவர் தன் எழுத்தை வளமிக்கதாக செழுமை கொண்டதாக மாற்றுகிறார்.

இயற்கைப் பேரிடர்களால் சுற்றுச்சூழல் விளைவுகளால் சமூகப் பிரச்சனைகளால் மக்கள் பாதிக்கப்படும்போது அவற்றைச் சரிசெய்வதுதான் அரசின் பொறுப்பு/ கடமை. ஆனால் மக்களுக்குத் தேவைப்படாத, மக்கள் கோராத எட்டுவழிச்சாலை திட்டத்தையும் விவசாயிகளுக்கு பீதியூட்டும் வேளாண் சட்டங்களையும் முன்வைத்து, அரசுகளே பிரச்சனையாகிவிட்டால் என்ன செய்வது, எதை எதிர்த்துப் போராடுவது, எதைக் கொண்டு ஆறுதலடைவது?

அபத்தம் எல்லை மீறிவிட்டால், கேலிசெய்வதும் நையாண்டி செய்வதும் பரிகசிப்பதும்தான் ஒரேவழி.

ஆனால் அதற்கும் ஆபத்து.

கேலிச்சித்திரக்காரர் அஸ்ஸீம் திரிபாதி தேசத்துரோகி ஆக்கப்படுகிறார். ராமர் – சீதை பாத்திரங்களை இழிவுபடுத்தினார் என முனைவர் ஃபரூகி சிறையிலடைக்கப்படுகிறார். ஜாமீன் கூட கோரமுடியாத வகையில். நகைச்சுவையாளர் குணால் காம்ரா 'நகைச்சுவை ஒன்றும் அரசினைத் தாங்கி நிற்கும் தூண்களைச் சாய்த்து விடாது' என்று எதிர்வாதுரை செய்ய வேண்டியுள்ளது.

சுதந்திரமான சமூகத்திற்கு நகைச்சுவை ஒரு பாதுகாப்பு வடிகால்தான். அதுவும் கிடைக்காது போயின் 'அடைக்கப்பட்ட கலைஞர்களையும் ஆட்டுவிக்கப்படும் நாய்களையும் ஒரு நாடு கொண்டிருக்க நேரும்' என்கிறார் குணால் காம்ரா.

அபத்தத்தைக் கண்டு நகைக்கவும் அபத்தத்தைக் கண்டு எச்சரித்து விழிப்புணர்வூட்டவும் இங்கே நகைச்சுவை நடிகர்கள் அவசியமாகின்றனர்.

வாழ்த்துகளுடன்
சா. தேவதாஸ்
04.02.21

என்னுரை

இந்தப் புத்தகம் வெளிவரும் நேரம் இந்திய வரலாற்றில் எப்போதுமில்லாதளவு உழுகுடிகள் தங்களுக்கு எதிராகப் போடப்பட்டுள்ள வேளாண் சட்டத்தைத் திரும்பபெற வலியுறுத்தி பெரும் போராட்டத்தை தலைநகர் டெல்லியில் நடத்திக்கொண்டு இருக்கிறார்கள். ஜனவரி 26, இந்திய குடியரசு தினத்தன்று அரசியல் அமைப்பு வழங்கிய அடிப்படை உரிமைகளை காலில் போட்டு மிதிக்கும் அதிகாரத்துக்கு எதிராக தங்களது தீரமிக்க எதிர்வினையை உழுகுடிகள் நிகழ்த்தியதின் விளைவாக உலகம் முழுக்க பல அரசியல் தலைவர்களும், பல்வேறு துறைசார்ந்த ஆளுமைகளும் “இந்தியாவில் என்னதான் பிரச்சனை?” என்ற கேள்வியை பொது வெளியில் வைக்குமளவு நிலைமை மோசமடைந்துள்ள சூழலில் “அகல்யாவுக்கும் ஒரு ரொட்டி” என்ற தொகுப்பு வெளிவருகிறது.

அதிகார வர்க்கத்தினரால் சமகாலத்தில் எளிய மனிதர்கள் சந்திக்கும் துயரங்கள் எழுதி முடிக்க முடியாதளவு குவிந்து கிடக்கின்றன. கொரனோ காலத்தில் இந்தியாவில் கண்ட காட்சிகள் மனசாட்சியுள்ள ஒவ்வொரு மனிதனையும் உறங்க விடாமல் சிதைத்திருக்கிறது. அவற்றை ஒரு எழுத்தாளன் பதிவு செய்யாமல் சென்றால் எப்போதாவது என் எழுத்து குறித்து சுயபரிசீலனை செய்யும்போது “அந்தக் காலத்தில அப்படி என்னதான் எழுதி கிழிச்சே” என்ற கேள்வி எழும்போது மண்டையை சொறிந்துகொண்டு நிற்க முடியாது. ஒரு படைப்பாளன் அப்படி நிற்கக் கூடாது என்று நினைக்கிறேன். எழுதாமல் விட்டது எவ்வளவோ இருக்கலாம் ஆனால் எழுதியதும் கொஞ்சமாவது இருக்க வேண்டும். இலக்கியம் என்பது மக்களுக்காகவே. மக்களிடம் பெற்று மக்களிடமே திருப்பி தருவது. அப்படித் தரும்போது அதில் அவர்களின் வாழ்வியல் கொஞ்சமாவது இருக்க வேண்டும். புனைவு என்ற பெயரில் அவர்களுக்கு சம்மந்தமே இல்லாததை எழுதி இதைத்தான் இலக்கியம் என்று சொல்வது நியாயமற்றது.

இதில் உள்ள பெரும்பாலான கதைகள் எல்லோருக்கும் தெரிந்த வாழ்க்கையே, அதை முடிந்தளவு சிறுகதை இலக்கியம் சிதையாமல் சரியாக சொல்ல முயற்சி செய்துள்ளேன். இந்தத் தொகுப்புக்கு நெகிழ்ச்சியான முன்னுரை எழுதித் தந்த சாகித்திய அகதமி விருதாளர் தோழர் சா.தேவதாஸ் அவர்களுக்கும், பின்னட்டைக்கு என் ஓவியம் வரைந்து கொடுத்த தோழர் பெ. அன்பு, எதிர் வெளியீடு அனுஷ், சிறப்பான அட்டைப்படத்தை வடிவமைத்த ஜீவமணி, எப்போதும் உடன் இருக்கும் நண்பர்கள் தோழர்கள் குடும்பத்தினர் எல்லோருக்கும் என் நன்றியும், பேரன்பும்.

பேரன்புடன்,
அ.கரீம்.
5.2.21
lr.kareem.aak@gmail.com
ph: 99527 19496

அன்பே ஆசியா... செல்லமே யாஸ்மின்...

நாத்திகன் விவாதம்
முடிந்தபிறகு வேறு நிகழ்வுக்கு சென்றுவிடுவான்...
ஆத்திகன் விவாதம் முடிந்தபிறகும்
நாத்திகன் மீது கோபத்தோடு இருப்பான்...
–ஃபாரூக்*

இரவு, நேரம் செல்லச்செல்ல குளிரின் அடர்த்தி அதிகமானது. பொதுவாக இந்த மாதம் குளிர் இருக்காது. மழைக் காலம் என்பதினால் குளிர் இருக்கிறது. ஒருமணி நேரத்துக்கு முன்புவரை குளிர் தாங்கமுடியாமல் இருந்தது. இப்போது எனது உடல் குளிரைத் தாங்கப் பழகிவிட்டது. "புரோட்டா வாங்கி வர கடைக்கு போன வாப்பா இன்னும் வரவில்லை" என்று மகள் யாஸ்மின் வாசலுக்கும் வீட்டுக்குமாக நடந்துகொண்டு இருப்பாள். இந்த உணவை மகளிடம் யாராவது கொண்டுபோய் சேர்க்க வேண்டும்.

யாஸ்மினுக்கு போன வாரம்தான் ஏழாவது பிறந்ததினம். பிங்க்நிற உடையில் தேவதையைப் போல அங்குமிங்கும் ஓடிக்கொண்டு இருந்தாள். பிறந்தநாள் விழாக்களைக் கொண்டாடும் வழக்கம் இல்லை என்றபோதும் மகளின் மகிழ்ச்சிக்காகக் கொண்டாட வேண்டியுள்ளது. பக்கத்து வீட்டுக் குழந்தைகள் அவளின் முகத்தில் கேக்கை

அப்பிக்கொண்டு விளையாடியது இன்னும் கண்ணுக்குள் அப்படியே இருக்கிறது.

“எங்கள் வீட்டின் தேவதையின் பிறந்தநாள் கொண்டாட்டம்” என்று மனைவி குழந்தையோடு இருக்கும் புகைப்படத்தை அல்அமீன் நகர் நண்பர்கள் வாட்ஸ்ஆப் குழுவில் பதிந்தபோது “பிறந்தநாள் கொண்டாடுவது இஸ்லாத்துக்கு ஹாரம்” என்று எப்போதும்போல மீண்டும் மைதீனும் பாஷாவும் கிளம்பிவிட்டார்கள். மகள், தலைக்கு ‘மஹ்னா’ போடாமல் இருக்கிறாள். சிறுவயதிலிருந்தே ஒழுக்கத்தைக் கற்றுக்கொடுக்க வேண்டும், உனக்கு என்ன சொன்னாலும் புத்தி வராது உன் சேர்க்கை சரி இல்லை. பொது இடத்தில் மனைவியின் புகைப்படத்தைப் போடும்போது முகத்தை மறைக்கத் தெரியாதா? முகத்தைக் காட்டிக்கொண்டு ஒரு இஸ்லாமியப் பெண் நிற்கிலாமா?” என்று நீண்ட பதிவை மைதீன் போட்டான். நாங்களும்தான் படம் எடுக்கிறோம் இப்படியா செய்கிறோம் என்று அவனது குடும்பத்தோடு எடுத்த சுயமி (செல்பி) படத்தை குழுவில் பதிந்தான். அவனது மகன் முன்பக்க முடியில் வண்ணமடித்த தலையோடு இரண்டு விரலை ஸ்டைலாக முகத்தின் முன் காட்டியும், அவனது மனைவி கண்கள் மட்டும் தெரியுமளவு முகத்திலிருந்து கால்வரை புர்காவால் மூடியும் இருந்தாள். அவளது கண்கள் ஒளி இல்லாமல் சோர்ந்து இருந்தன. அவனும் மகனும் உதடு விரிய புன்னகை விரித்திருந்தார்கள்.

இந்த சண்டைகள் சரிப்பட்டு வாராது என்றுதான் ஏற்கனவே இரண்டுமுறை அந்தக் குழுவிலிருந்து வெளியேறியபோதும் நண்பன் ஜாகீர் குழுவின் அட்மினாக இருப்பதினால் “மச்சி அப்படிதான் இருப்பானுங்க. அதுக்காக வெளியே போவயா, கருத்து மோதலில்தானே ரெண்டுபக்கமும் உண்மையை நோக்கிப் போக முடியும்” என்று மீண்டும் வம்படியாக குழுவில் இணைத்தான்.

கடந்த முறை புர்கா குறித்து வந்த விவாதத்தில் மணலால் சூழ்ந்த அரேபிய நாட்டில் உடல் மீது வந்துமோதும் மணலிலிருந்து தப்பிக்க தலை முதல் கால் வரை நீண்ட அங்கியைப் போடுவது வழக்கம். அது அறிவியல். ஆண்களும் பெண்களும் இருவருமே அணிந்திருந்தார்கள். மண்டையைப்

பிளக்கும் வெயிலில் நம்மூருக்கு எதுக்கு வேண்டும் புர்கா? அது கட்டுப்பாடு என்றால் ஏன் ஆண்கள் அணிவதில்லை என்று கேட்ட கேள்வியை அவனால் ஜீரணிக்கவே முடியவில்லை.

“ஆம்பிளைகளை புர்கா போட சொல்கிறாயே நீயெல்லாம் ஆம்பிளையா பொட்டை! பொட்டை!” என்று வாய்க்கு வந்தபடி எல்லாம் திட்டி குழுவிலிருந்த மொஹமத் பாஷா குரல்பதிவாகப் போட்டான். “பெண்களின் உடலைப் பார்த்து ஆண்களுக்குக் கிளர்ச்சி வருவதைத் தடுப்பதற்காகவே புர்கா, இதைப் புரிந்துகொள்ளும் அறிவு கூட இல்லை, கேட்டால் பெரிய படிப்பாளி புடுங்கி போல பேசுவான்” என்று இரண்டுபேர் அவனுக்கு ஆதரவாக பதிவைப் போட்டார்கள். “கிழிந்த உடைகளை மறைப்பதற்காக புர்கா என்றால் ஒரு நியாயம் இருக்கு, ஆண்களின் கிளர்ச்சியைத் தடுப்பதற்கு புர்கா என்றால் அப்போ, ஆண்களின் உடலைப் பார்த்து பெண்களுக்கு எந்தக் கிளர்ச்சியும் வாராதா? கிளர்ச்சி வர வேண்டும் என்பதற்காகத்தான் ஆண்கள் புர்கா அணிவதில்லையா?” என்று மறுபதிவை போட்ட அடுத்தநிமிடம் புதியதாகக் குழுவில் சேர்க்கப்பட்ட நான்கைந்து பேர் தரம்தாழ்ந்து பேசிய குரல்பதிவைப் போட்டார்கள்.

அவர்கள் அனைவரும் ஒரே பகுதியைச் சேர்ந்தவர்கள் என்பதால் எல்லோரையும் எல்லோருக்கும் தெரியும். அவர்கள் உடனே “இதை ஜாமாத்தின் கவனத்துக்குக் கொண்டுபோய் இஸ்லாத்திலிருந்து உன்னை நீக்கும் ‘ஃபத்துவ’ கொடுத்தால்தான் புத்தி வரும். ‘ஃபத்துவ’ வாங்கிய உனது செத்துப்போன உடலைப்புதைக்க இடமில்லாமல் புழு மேயும் மய்யத்தை வைத்துக்கொண்டு அல்லல்படும் நிலை உன் குடும்பத்துக்கு வந்தால்தான் உன்னைப்போல பேசித்திரியும் எல்லோருக்கும் புத்தி வரும். இதனை செய்யாமல் விடமாட்டேன்” என்று மாறி மாறி பதிவிடுவதைப் பார்த்து ஜாகீர் “இங்கு எல்லாக் கருத்தும் போட உரிமையுண்டு; அது மற்றவர்களின் மனதைப் புண்படுத்தாமல் இருக்க வேண்டும். சிலர் தெளிவில்லாமல் கூட பதிவிடுவார்கள், அதனைத் தெளிவுபடுத்த முடிந்தால் தெளிவுபடுத்தவும். மாறாக ஒருவனைத் திட்டுவதாக நினைத்துக்கொண்டு அவனது அம்மாவை, சகோதிரியைக் கேவலமாக வசைபாடுவது, அவர்களது பெண்மையைக் கேவலப்படுத்துவது எதையும் அனுமதிக்க முடியாது.

நேர்மையாகப் பேசுவதாக இருந்தால் இந்த குரூப்பில் இருங்கள் இல்லையென்றால் வெளியேறவும். கண்டதைப் பேசுவதை ஏற்க முடியாது" என்று காட்டமாகப் பதிவை இட்டான். அவன் பதிவுக்குப் பிறகு ஒருநாள் முழுக்க குழு எந்த சத்தமும் இல்லாமல் அமைதியாக இருந்தது.

மைதீனும், பாஷா, ஜாகீர், இப்ராஹிம், சுலைமான், கண்ணன், நான் எல்லோரும் சிறுவயது முதலே சேர்ந்துதான் சுற்றிக்கொண்டு இருந்தோம். அனைவரும் ஒரே நகர், ஒரே பள்ளி, சம வயது என்பதினால் எங்களுக்குள் இயல்பாகவே நட்பு வட்டம் இருந்தது. கல்லூரி வரைகூட பெரியதாக எங்களுக்குள் மனஸ்தாபம் வந்தது இல்லை. கல்லூரி கட்டண உயர்வைக் கண்டித்து நடந்த மாணவப் போராட்டத்தில் எல்லோரும் சேர்ந்துதான் ஸ்ட்ரைக் செய்தோம். எங்கள் கல்லூரிக்கு வரும் மாணவ சங்கத் தோழர்கள், அவர்களது சங்க அலுவலகத்துக்கு எங்களை அழைத்துப் போவார்கள். அங்கு பேசும் சிலவற்றில் மைதீனுக்கும் பாஷாவுக்கும் மாற்றுக் கருத்து இருந்தபோதும் பேசுவார்கள், அதனையும் அவர்கள் ஆமோதித்து மறுகேள்வி வைப்பார்கள். எனக்கு மாற்றுக் கருத்து இருந்தால் அதனையும் சொல்வேன். நாங்கள் அனைவரும் சேர்ந்துதான் சுற்றுவோம். அப்போது இருந்த பொறுமையும் கேட்கும் மனநிலையும் சமீப நாட்களாக அவர்கள் இருவருக்கும் இல்லாமல் போய்விட்டது.

குழுவில் இணைத்த சில நபர்களின் வருகைக்குப் பிறகு பேச்சுத் தன்மை மாறியது. ஏகத்துவமானவன் அல்லா ஒருவனே, அவனை சென்றடைய சில வழிமுறைகள் உண்டு என்றும், 'தெளஹீத்' என்ற ஒருவார்த்தையைச் சொல்லிவிட்டு பேசும் விசயங்களும் செய்திகளும் எல்லோரிடமிருந்தும் விலகி இருப்பதைப்போல இருந்தன. அது பலநேரம் சம்மந்தம் இல்லாமல் இருந்தது. அதில் புதிதாக இணைந்த மொஹமத் பாஷா நீண்ட தாடியை வைத்துக்கொண்டு அந்தப் புகைப்படத்தைக் குழுவில் பதிவிட்டு, தன்னை இஸ்லாமியன் என்று சொல்லும் அனைவரும் இப்படித்தான் இருக்க வேண்டும், அதுதான் 'சுன்னத்'. அதுதான் அல்லாவை சென்றடயும் வழி, இப்படியெல்லாம் இருந்தால்தான் சுவனத்தில் (சொர்க்கத்தில்) இடம் கிடைக்கும் என்று பதிவிட்டான். அவன் கருத்துக்கு பலம் சேர்க்க சில நபி வாசகங்களை

இணைத்திருந்தான். அவனின் வாப்பா நல்ல மனிதர். அவரின் இறப்புவரை ஒருவரின் மனதையும் புண்படுத்தியது இல்லை. கடந்தாண்டுதான் மரணம் அடைந்தார். அவரது மௌத்தின்போது ஊரே கூடி 'கலிமா சகாதத்' சொல்லி அவரை மாறி மாறி தோளில் சுமந்து கபர்ஸ்தான் வரை மய்யத்தோடு போனது. அவர் கடைசிவரை தாடி வைக்கவே இல்லை. மொழுமொழுவென்று சேவிங் செய்பவர், "அப்போ உங்கள் வாப்பா கடைசிவரை தாடி வைக்கவில்லை, சொர்க்கத்தில் இடம் கிடைக்காமல் தடுக்கப்படுவாரா என்ன? எல்லோரிடமும் நல்ல பெயரை வாங்குவதைவிட சொர்க்கத்தின் நுழைவாயிலுக்கு தாடி முக்கியமா என்ன?" என்றேன்.

"கோத்த கொம்மா" என்று குடும்பத்தைச் சேர்ந்த எல்லோரையும் வசை பாடினான். "ஒருவன் நற்காரியம் செய்து மரணித்தால் அவனது உடல், எனக்கு சொர்க்கம் உறுதியாகிவிட்டது அதனால் வேகமாக எனதுடலை எடுத்து செல்லுங்கள் என்று சுமந்து செல்பவரை வேகப்படுத்தும் என்ற நபிமொழி கூறுகிறது. அன்று அவரின் உடல் வேகமாகத்தான் மைதாங்கரைக்குச் சென்றது. உன் வாதப்படி பார்த்தால் அவருக்கு தாடி வைக்காமலேயே சொர்க்கம் உறுதி செய்யப்பட்டது தானே" என்று மறுபதிவை இட்டேன்.

"இதுநாள் வரை யாரும் சரியாக இஸ்லாத்தைப் புரிந்து கொள்ளவில்லை, வரும் தலைமுறையாவது மார்க்கவழி செல்லட்டும், ஆனால் நீ காபிரே ஆகிவிட்டாய், இஸ்லாமியன் என்பதற்கு ஒரு தகுதியும் இல்லாதவன்" என்று அப்போதைக்கு விவாதத்திற்கு முற்று வைத்தான். நான் என்ன கருத்தைச் சொன்னாலும் அதில் வேண்டுமென்றே ஒரு குறையைக் கண்டுபிடித்து அதன்மீது சண்டை வளர்ப்பது குழுவின் வாடிக்கையானது.

"யார் தவறு செய்தாலும் தவறுதானே என்றால் 'அப்படி சொல்ல முடியாது. சில விதிவிலக்குகள் இருக்கு'" என்று அதற்குள்ளும் வம்பு செய்வதைப் பழகிக் கொண்டார்கள். அதனால்தான் யாருக்கும் சங்கடம் வரவேண்டாமென்று குழுவிலிருந்து வெளியேறினாலும் ஜாகீர் விடுவாதாய் இல்லை. ஜாகீர் யாரிடமும் முகதாட்சண்யம் பார்க்க மாட்டான். எப்போதும் நியாத்தின் பக்கம் நிற்பான். அதனால்தான்

அவன் மீது எப்போதும் எனக்கு அன்பு இருக்கிறது. நாங்கள் சிறுவர்களாக இருந்தவரையில் யாரும் நீண்ட தாடிகளோடு தெருவில் உலாவியது இல்லை. சமீபத்தில்தான் புதிய புதிய நடைமுறைகள் ஒவ்வொன்றாக மொஹல்லாவில் வருகிறது. கொஞ்சம்பேர் தர்காவுக்குப் போகக் கூடாது, மயானத்தை முட்டாள்கள் தான் வணங்குவார்கள், ஃபாத்தியா ஓதுவது எல்லாம் 'ஷிர்க்' என்ற புதிய சொல்லைச் சொன்னார்கள். அவர்களின் எந்த சொல்லுக்கும் மொஹல்லா வாசிகள் செவிசாய்க்கவில்லை. எப்போதும்போல எல்லாவற்றையும் செய்துகொண்டிருந்தார்கள். அது காலங்காலமாக இருந்த மண்ணின் நடைமுறையாகத் தொடர்ந்தது.

குளிரின் அடர்த்தி இன்னும் கொஞ்சம் கூடியது. மகளுக்கு வாங்கிய புரோட்டா கொஞ்சம் கொஞ்சமாக சூடு குறைந்து வருகிறது. இந்தக் குளிர் காலத்தில் கொத்து புரோட்டா சூடாக சாப்பிட்டால் நன்றாக இருக்குமென்று ஆசியாவும் சொல்லித்தான் அனுப்பினாள். அவளுக்கு என்மீது அப்படி என்னதான் காதலோ? திருமணத்தின்போது எனது வீட்டில் எல்லோரும் சீர்வரிசை வாங்கவேண்டுமென்று பிடிவாதமாக நின்றபோது "வரதட்சணை வாங்கினா எனக்கு நிக்காவே வேண்டாம்" என்று பிடிவாதமாக மறுத்த முதலிலிருந்து என்னைக் கண்மூடித்தனமாக விரும்புகிறாள். அவளது இரண்டு அக்காவிற்கும் சீர்வரிசை கொடுத்து நொந்துபோன அவளது வாப்பா, நான் சீர்வரிசை எதுவும் வேண்டாமென்று சொன்ன நேரத்திலிருந்து என்மீது அவ்வளவு மரியாதை. நிக்கா முடிந்த மறுவாரத்தில், "மாப்பிள்ள நீங்க பெரியார் கட்சியா? கம்யூனிஸ்ட் கட்சியா?" என்று தயங்கிக்கொண்டே கேட்டார். "நியாத்தைப் பேசுறேன், அப்போ நான் எந்த கட்சியா இருக்கணும்" என்றபோது அவரின் முகத்தில் கொஞ்சம் புன்னகை வந்தது. "ஏன் எதுக்கு கேக்குறீங்க". "ஒண்ணுமில்ல சும்மா கேட்டேன் மாப்பிள" என்று சொல்லிப் போய்விட்டார்.

ஆசியா தனக்கு அதுவேண்டும் இதுவேண்டுமென்று எப்போதும் தொந்தரவு செய்தது இல்லை. அப்படி எதாவது வேண்டுமென்றால் அவள் கேட்கும் லாவகம் அலாதியானது. அவளது மூக்கை எனது மூக்கின் மீது வைத்து "என்ன மாமா சினிமாவுக்கு கூட்டி போறயா" என்று தேனில் முக்கியதைப்போல வார்த்தைகளைக் கிறக்கமாக எனக்குள்

இறக்குவாள். அதற்கு பிறகு எந்த மாற்றுக் கருத்தும் இருக்காது. இப்படி கேட்டதும் நடக்குமென்று அவளுக்கும் தெரியும். 'ஒருநாள் கல்லூரியில் பொங்கல் வைத்துக் கொண்டாடியதைப் போல வீட்டிலும் செய்யலாமா' என்று என் மூக்கின் மீது அவளது கூர் முக்கை வைத்துத் தேய்த்தபடியே கேட்டாள். முதல் முறையாக பொங்கலன்று வெளியே பானை வைத்து, கரும்பு வைத்துக் கொண்டாடியதை மறக்க முடியவில்லை. மொஹல்லாவில் சிறுவயதில் பொங்கல் வைத்ததைப் பார்த்துள்ளேன். அமீர் சேட் மாமா அவரின் வயலில் வைப்பார். அதற்குப் பிறகு இப்போதுதான் நாங்கள் பொங்கல் வைத்தோம். சில ஆண்டுகளுக்கு முன்புவரை மொஹல்லாவில் பொங்கல் வைத்ததைப் பார்த்திருக்கிறேன். எப்போது நின்றது என்று நினைவில்லை. அன்று காட்டன் புடவையில் ஆசியா நடிகை சினேகாவைப்போல இருந்தாள். அப்படியொரு அம்சம். அன்று இரவு வீட்டில் நாங்கள் பொங்கல் வைத்துக்கொண்டோம்.

"இந்துக்களான காபிர்கள் தான் பொங்கல் பண்டிகை கொண்டாடுவார்கள். இவன் முழு காபிரே ஆகிவிட்டான்" என்று மீண்டும் புதிய பேச்சு கிளம்பியது. "பொங்கல் தமிழர் பண்டிகை, இதுக்குள் எங்கே வந்தது இந்துக்கள் பண்பாடு, இதற்கு முன்பு நமது மொஹல்லாவில் இருக்கும் அமீர் சேட் கொண்டாடவில்லையா? ரஹ்மத் மாமி கொண்டாடவில்லையா? இது நம் மண்ணின் பண்பாடு. நம் வழிபாட்டு முறை வேறாக இருக்கலாம் ஆனால் பண்பாடு எந்த மதத்தில் இருந்தாலும் ஒன்றுதான். நாம் அரேபியாவிலிருந்து ஏதோ ஒரு ஒட்டகத்தில் உட்கார்ந்துகொண்டு இங்கு வந்ததாக நினைத்துக்கொண்டு இருக்கிறாயா? அதில் நொட்டை, இதில் நொட்டை என்று எல்லாவற்றிலும் குறை கண்டுபிடித்தால் கடைசியில் நாம தனியாத்தான் நிற்கணும்" என்றதுக்கு "இப்போ நீ தனியாத்தான் நிற்கிறே" என்று மறுபதிவை செய்தான். குறுக்கிட்ட ஜாகீர் "அவன் எங்கே தனியா நிற்கிறான் அவனோடுதான் நான் நிற்கிறேனே" என்று பதிலைப் பதிவிட்டான்.

"ஜாகீர் நீ தொழுகைக்குப் போகிறவன், முப்பது நோம்பையும் வைப்பவன், இவனிடத்தில் நிற்கிறேன் என சொல்லுவது உன்னையும் ஏமாற்றி அல்லாவையும் ஏமாற்றுவது. இதுக்கு மறுமையில் பதில் சொல்ல வேண்டும்" என்று பதிவிட்டான். "அல்லா என்னிடம் தானே கேட்பார். கேட்கட்டும்

நான் ஜவாப் தருகிறேன்'' என்று முடித்தான். கொஞ்ச நாட்களாகத்தான் இவர்கள் இப்படி புதிய புதிய வழிமுறைகளை சொல்லிக்கொண்டு திரிகிறார்கள்.

"நீ எல்லோரையும் கெடுக்கிறாய் உன்னால் பலரும் மார்க்க நிலையிலிருந்து கெட்டுப் போவார்கள், நீயொரு செய்த்தான்'' என்று வெகு நாளைக்குப் பிறகு ஆட்டோக்காரன் ஜலீல் என்னைக் குறிப்பிட்டு பதிவிட்டான். அவன் எப்போதும் பேச மாட்டான்; அன்று அதிசயமாகப் பேசினான். ஒருமுறை குழுவில் "காலை வணக்கம்'' என்ற போஸ்டரை போட்ட போது "அல்லாவைத் தவிர வேறு யாரும் வணக்கத்துக்கு உரியவர் அல்ல. இப்படியான பதிவுகளைப் போட வேண்டாம்'' என்று அவன் போட்ட பதிவைதொடர்ந்து பலரும் காரசாரமாகப் பதிவு செய்தார்கள். அந்தப் பதிவுக்குப் பிறகு இப்போதுதான் மீண்டும் பதிவு செய்கிறான். "குழுவில் தேவையில்லாமல் வேண்டாத கேள்விகளைக் கேட்டு பிரிவினை செய்கிறாய்'' என்றான் ஜலீல்.

"எல்லாமே ஆண்டவனின் கட்டளைப்படி நடப்பதாக சொன்னால் நான் கேள்வி கேட்பதையும் அல்லாதானே செய்விக்கிறான். எது சரியென்று இரண்டுபேரும் தெரிந்து கொள்ளலாம்.''

"காபிர்களுக்கு பதில் சொல்ல முடியாது.''

"காபிர்கள் மனிதர்கள் இல்லையா? பூமியில் பிறக்கும் எல்லோரும் இஸ்லாமியர்கள். அவர்களின் வளர்ப்புதான் வெவ்வேறு மார்க்கத்தைச் சேர்ந்தவர்களாகக்குகிறது என்றுதானே மார்க்கம் சொல்கிறது, அப்போ காபிர்களின் கேள்விகளுக்குப் பதில் இல்லையா?''

"காபிர்களுக்கு சொன்னால் புரியாது.''

"சொன்னால் புரியாதவரை காபிராக படைத்தது அல்லாவின் செயல் தானே! ஏன் அப்படி செய்தார்?''

"எல்லாவற்றிற்கும் ஆண்டவன் ஒரு கணக்கு வைத்திருப்பார். அவர் தான் அனைத்தையும் செய்பவர்.''

"ஆண்டவனை மீறி எதுவும் நடக்காதா?''

"நடக்காது! நல்லது கெட்டது எல்லாவற்றிக்கும் காரணம் இருக்கும். அதன்படியே ஆண்டவன் செய்விக்கிறான். மரணத்தைக்கூட ஆண்டவன் பாவத்திலிருந்துதான் தீர்மானிக்கிறான்."

"எல்லாவற்றையும் ஆண்டவன் தான் செய்விக்கிறான் என்றால் கும்பகோணத்தில் தீயில் வெந்து 96 பச்சிளம் குழந்தைகள் துடித்து செத்துப்போனதே அதுவும் ஆண்டவன் செயல்தானே, அந்தக் குழந்தைகள் அப்படி என்ன பாவம் செய்தன."

?????

"அது செய்த்தானின் செயல் என்றால் செய்த்தானை மீறி குழந்தைகளை ஆண்டவன் காப்பாற்ற முடியாதா? செய்த்தானை விட பலவீனமானவரா ஆண்டவன்?"

??????

"குழந்தைகள் துடிதுடித்து இறப்பதை ஒரு ஆண்டவன் எப்படி மகிழ்வோடு பார்க்கும் மனநிலை வரும்."

?????

இந்த விவாதம் கடைசியாக நேற்று இரவு பதினோரு மணிக்கு நடந்து முடிந்தது அல்லது யாரும் பதில் சொல்லாததினால் முடிந்ததாக நானே முடிவுசெய்து கொண்டேன். குழுவில் எந்த சத்தமும் இல்லை. பேரமைதி. பெருநாள் நோன்பு காலம் என்பதால் விடியற்காலையில் எழுந்திட வேண்டுமென்று எல்லோரும் அதன்பின் உறங்கப் போயிருக்கலாம்.

குளிர் அதிகமாகிவிட்டது. ஆனால் எனக்கு எந்த சொரணையும் இல்லாமல் இருக்கிறேன். நன்றாக இருள் மூடிவிட்டது. தூரத்தில் ஆங்காங்கே எரிந்துகொண்டு இருந்த விளக்குகள் எல்லாமே அணைந்துவிட்டன. இந்த வழியாக நான் வராமல் இருந்திருக்கலாம். ஆட்கள் நடமாட்டம் குறைவு. நண்பர்கள் என்றுதான் அவர்களோடு பேசிக்கொண்டே வந்தேன். சடாரன ஜலீல் கத்தியை எடுத்து வயிற்றில் சொருகுவான் என்று கனவிலும் எதிர்பார்க்கவில்லை. அவனோடு இருந்த மூன்று பேரில் ஒருவன் புதியதாகக் குழுவில் இணைந்த நீண்ட தாடிக்காரன் மொஹமத் பாஷா. அவரின் வாப்பா நல்ல மனிதர்.

அவருக்கு இப்படியொரு பிள்ளை. மற்ற இரண்டுபேரை அடையாளம் தெரியவில்லை. வெளியிலிருந்து அழைத்து வந்திருப்பார்கள் போல. ஜலீல் முகத்தில் ஒரு கொலை செய்கிற எந்த உறுத்தலும் இல்லை. இயல்பாக இருந்தான். இப்படித்தான் 'அவர்களும்' மாற்றுக் கருத்தை முன்வைப்பவர்களைக் கொலை செய்யும்போது இயல்பாக இருப்பார்களா...? "நீ கேட்ட எல்லாக் கேள்விகளுக்கும் பதில் இதுதான், அதைத்தாண்டி சந்தேகம் இருந்தால் நேரடியாக ஆண்டவனிடமே கேட்டுக் கொள்" என்று ஜலீல் சொன்னான். நான் கடைசியாக கேட்ட வார்த்தை அதுதான். நான் முணுமுணுத்த கடைசி வார்த்தை "அன்பே ஆசியா... செல்லமே யாஸ்மின்..."

எனது பால்ய நண்பர்கள் மைதீனும், பாஷா, ஜாகீர், இப்ராஹிம், சுலைமான் இவர்களில் யாரேனும் ஒருவர் வந்திருந்தாலும் இதனைத் தடுத்து இருப்பார்கள். என்ன கருத்து மோதல் வந்தாலும் வெளிப்படையாகப் பேசுவார்கள். தவிர, இப்படியொரு செயல் "அல்லாவுக்கே விரோதமானது" என்று அவர்கள் உயிரைக் கொடுத்தாவது என்னைக் காப்பாற்றி இருப்பார்கள். இந்த வன்முறைமீது அவர்களுக்கு எப்போதும் உடன்பாடு இல்லை. தீவிர மதவெறி என்ன செய்யுமென்று என்னைப் பார்த்த நொடியில் என் நண்பர்களுக்கும் புரிந்துவிடும். 'அவர்கள்' செய்யும் அதையே நாமும் செய்யக்கூடாது என்று என்னிலிருந்து பேசத் துவங்கி விடுவார்கள் என்று நம்புகிறேன்.

முள்ளுச் செடிகளுக்கு இடையில் கிடக்கும் நான் இறந்து அநேகமாக ஒருமணிநேரம் ஆகியிருக்கலாம். சிதறிய எனது இரத்தம் இப்போது நன்றாக மண்ணில் கலந்துவிட்டது. யாஸ்மினுக்கும் ஆசியாவுக்கும் நல்ல சூட்டில் வாங்கிய புரோட்டாவில் இன்னும் கொஞ்சம் வெதுவெதுப்பான சூடு இருப்பதாக எனது உள்ளங்கை சொல்கிறது. நோன்பு துறந்து உணவுக்காகப் பட்டினியாகக் காத்திருக்கும் அவர்கள் சாப்பிட இதை யாராவது எடுத்துச்சென்று தாருங்கள்....

□□□

(★ கதையின் முகப்பில் உள்ள வாசகம் தோழர். ஃபாரூக் உடையது. இஸ்லாமிய அடிப்படை வாதிகளால் கோவையில் படுகொலை செய்யப்பட்டவர்.)

தேசவிரோதியின் எஞ்சிய குறிப்புகள்

(சிதறிக்கிடந்த சில தகவல்களும் தப்பித்த ஒருசில கவிதைகளுமே கவிஞர். குருஸைப் பற்றியான குறிப்பு. அதைத் தவிர்த்து வேறொன்றுமில்லை. அதிகாரத்துக்கு எதிரான படைப்பென அரசு நினைத்தால் அது எந்த அரசானாலும் அதனை சுவடில்லாமல் அழிக்கும். அதுதான் குருஸுக்கும் நிகழ்ந்தது. உங்களுடைய புத்தக அலமாரிக்குள்ளும்கூட உடையும் தாளில் அவரைப்பற்றியான ஒன்றிரண்டு கவிதைகளும் குறிப்புகளும் இருக்கலாம். தேடிப்பாருங்கள், அது இப்போதும் உதவலாம். அதிகாரம் இருக்கும்வரை குருஸின் படைப்பும் அவரும் இருப்பார்)

அதிகாலை நான்கு மணி. தூரத்தில் நடந்துவரும் பூட்ஸ் கால்களின் மெல்லிய சத்தம். வரண்டாவில் எரிந்துகொண்டிருந்த பல்ப் மங்கிய மஞ்சள் ஒளியை அளவாகத் துப்பிக்கொண்டிருந்தது. பூட்சுகளின் சத்தம் கேட்டு ஒருசிறு ஒலியை மட்டும் கொடுத்த பறவைகள் மீண்டும் அடங்கின. “தட்.... தட்.. தட்....” தூரத்தில் கேட்ட நடந்துவரும் சத்தம் கொஞ்சம் கொஞ்சமாகக் கூடியது. இந்நேரம் பூட்ஸ்களின் நடைசத்தம் கேட்டால் யாரோ ஒருவரைத் துக்கிலிடவோ அல்லது கொலை செய்யவோ போகிறார்களென்று சிறைவாசிகளுக்கு நன்றாகத் தெரியும். ஒவ்வொருவரின் செல்லைக் கடக்கும்போதும் நாம் இல்லை என்ற ஆசுவாசம் கொஞ்சம் கிடைத்தாலும் யாராக இருக்குமென்ற பதட்டம் எல்லோருக்கும் இருந்தது. அறைகளிலிருந்து வெளியேறும்

மூச்சுக் காற்று வெப்பமாக இருந்தது. தங்களது கொட்டடி முன்பு நிற்கக் கூடாதென்ற விருப்பம் எல்லோருக்கும் இருந்தது.

நடந்த கால்கள் குருஸின் கொட்டடி முன்பு நின்றன. யாரும் இதனை எதிர்பார்க்கவில்லை. அது சிறைவாசிகளுக்கு அதிர்ச்சியாக இருந்தது. ஜெயிலர், கையிலிருந்த லத்தியைக் கொண்டு சிறைக் கம்பியின் மீது தட்டினான். ஆழ்ந்து தூங்கிகொண்டிருந்தவருக்கு கம்பியைத் தட்டும் சத்தம் கேட்கவில்லை. அவர் கனவில் தனது மகளுக்குக் கதை சொல்லி உணவு ஊட்டிக்கொண்டிருந்தார். மக்களைக் கொடுமை செய்யும் ரெட்டைத்தலை பூதத்திற்கு எதிராக ஒரு கவிஞனின் பாடல் வரிகளை மக்கள் பாடிப்போகும் காட்சியை சொல்லிக்கொண்டிருந்தார். அவ்வப்போது மகளை அணைத்தும் முத்தம் கொடுத்தும் கதையை நகர்த்திக்கொண்டிருந்தார். அருகில் ஆதிலா, தனக்கும் ஊட்டிவிடும்படி வாயைத் திறந்து உட்கார்ந்துகொண்டிருந்தாள்.

ஜெயிலர் அருகில் இருந்த காவலாளியைப் பார்க்க அவன் உத்திரவு கிடைத்ததுபோல் தனது கீழ்ப் பைக்குள் கையைவிட்டு சாவிக் கொத்தை எடுத்தான். அந்த அறைக்குண்டான சாவியைத் தேடியெடுத்து பூட்டைத் திறந்தான். கதவைத் திறக்கும் ‘கிறீச்’ சத்தம்கூட கேட்காமல் குரூஸ் மகளோடு கதைத்துக்கொண்டிருந்தார். “அப்பா அதுதான் பூதமாச்சே அதை எப்படிக் கொல்ல முடியும், அதுகிட்டதான் எல்லா சக்தியும் இருக்குமில்ல” என்று மழலை மொழியில் கேட்டாள். “பூதம் சக்தியாகத்தான் இருக்கும், எல்லா பூதத்திற்கும் உடனே சக்தி வராது, அது கொஞ்சம் கொஞ்சமாகத் தனது கூட்டாளிகளோட சக்தியெல்லாம் சேர்த்து உருவெடுக்கும், அந்த பூதத்தினால நமக்கு நல்ல வேட்டை கிடைக்கும்னு தெரிஞ்சா எல்லாக் கெட்டதும் அதோடு சேர்ந்து இன்னும் பலமாகும்” என்றார்.

“சத்தியான பூதத்த, அப்போ எப்படி கொல்ல முடியும்” என்று மறு கேள்வியை வைத்தாள். “அதுக்கும் வழி இருக்கு. எல்லாக் கெட்டதையும் அழிக்க வழி இருக்கு, கெட்டதெல்லாம் ஒண்ணு கூடற மாதிரி நல்லதெல்லாம் கெட்டதுக்கு எதிரா சேரணும்” என்று அவர் சொல்லிக் கொண்டிருந்தபோது அவர் முதுகில் லத்தி சுரண்டும் உணர்வு வந்தது. மகளின் முகம் மங்கலாகத் தெரிந்தது. அவள் அவரை இறுக்கப்பிடித்தாள். அவரும் அவளை

நெஞ்சோடு அணைத்தார். மீண்டும் சுரண்டிய லத்தியால் மங்கலாய் தெரிந்த அவளின் முகம் காற்றுமுட்டி பிரியும் மேகம்போல் பல கோணங்களில் கலைந்தது.

ஜெயிலர் குருஸின் முகத்தையே வைத்த கண் வாங்காமல் பார்த்துக்கொண்டிருந்தான். குருஸின் சிவந்தமுகம் அந்த மங்கிய வெளிச்சத்திலும் தெளிவாகத் தெரிந்தது. அவரின் முறுக்கிய மீசை முகத்தில் அழகாகப் பொருந்திப்போயிருந்தது. தமிழ்நாட்டு ஜெயிலுக்கு வந்தபின்புதான் அவருக்கு மீசை வைக்கவேண்டுமென்ற ஆசையே வந்தது. அதுவும் மீசையில் அரசியல் இருப்பதாகச் சொன்ன பிறகு வைத்தே ஆகவேண்டுமென்று முடிவு செய்து வைத்தார். அவரின் மீசை ஜெயிலருக்கு அசூசையாக இருந்தது. தனது மீசைக்குப் போட்டியாக இந்த மீசை இருப்பதாக ஜெயிலர் அவ்வப்போது நினைத்துக் கொள்வார். பலமுறை குருஸிடம் கடுகடுப்பாக நடந்து கொண்டாலும் அவரைக் கைநீட்டி அடிப்பதில் சிறு தயக்கம் அல்லது பயம் அவருக்கு இருந்தது. அவரின் அப்பா ஒருகாலத்தில் பிரிட்டிஷ் அரசின் அதிகாரியாக இருந்ததால் கூட இருக்கலாம். அல்லது அவரின் அதிகாரத்துக்குப் பணியாத தீர்க்கப் பார்வையாகக்கூட இருக்கலாம்.

ஜெயிலரின் உடை அந்த நேரத்திலும் விறைப்பாகவே இருந்தது. ஜெயிலருக்குத் தோதான அரசும் மேல் அதிகாரிகளும் இருப்பதினால் ஒரு தனி சாம்ராஜ்யத்தின் அரசனைப்போல அவன் சிறையை நடத்தி வந்தான்.

வங்காளத்தின் தென்பகுதியைப் பூர்வீகமாகக் கொண்ட குருஸ் ஒரு தேசாந்திரிபோல எல்லா இடங்களுக்கும் பயணப்பட ஆரம்பித்தார். தனது கவிதையின் மூலம் சினேகமான ஆதிலாவை திருமணம் செய்தார். குருஸின் தந்தை தென்வங்காளத்தின் ஒரு பகுதியில் வரிவசூல் செய்யும் பொறுப்பு அலுவலராகப் பணியாற்றிக்கொண்டிருந்தார். அப்போது வங்காளம் முழுவதும் உடன்கட்டை ஏறுதல் என்ற சதி சர்வ சாதாரணமாக நடந்துகொண்டிருந்தது. கணவன் இறந்துவிட்டால் மனைவியையும் சேர்ந்து எரிக்கவேண்டுமென்ற உயிரோடு கொளுத்தும் முறை அவரது தந்தைக்கு அதிர்ச்சியாக இருந்தது.

சிறுவயதில் திருமணம் செய்வதும் எதாவது நோய் வந்தோ இயற்கையாகவோ சிறுவனான மணமகன் இறந்தால்

சிறுமியான மணமகளையும் சேர்த்தே எரிக்கும் வழக்கத்தை அங்குள்ளவர்கள் ‘உயர்ந்த பண்பாடாக’க் கொண்டாடியது குருஸின் தந்தைக்குப் பெரும் கோபத்தை உண்டாக்கியது. தீயில் கருகும் பெண்ணின் அலறலை உச்ச இசை கொண்டும், கூடிய மக்களின் வாய்பிளக்கும் ஒலிகொண்டும் காணடித்தனர். அவர், அரசுப் பதவியில் இருந்ததால் அதுகுறித்து இங்கிலாந்து பேரரசுக்கு கடிதம் மூலம் தகவல் அனுப்பினார். மாவட்டக் கலெக்டர் மூலம் அறிக்கை பெற்ற பேரரசு அதிர்ச்சியடைந்தது.

ஒரு ஞாயிற்றுகிழமை காலையில் கணவனோடு சேர்த்து மனைவியையும் பொது மைதானத்தில் வைத்து எரிப்பதாக வந்த தகவலை உறுதிப்படுத்திய அவர் காவலரோடு சென்று அந்தப் பெண்ணைக் காப்பாற்றினார். கலாச்சாரம் என்ற பெயரில் குடும்பமே சேர்ந்து கொலை செய்யும் பேராபத்திலிருந்து தப்பித்த மனநிறைவு அவளின் கண்களில் மின்னியது. அவள் வணங்கும் கிருஷ்ணனே தன்னைக் காக்க வந்ததாக நினைத்துக்கொண்டாள். உயிர் கிடைத்தாலும் அடுத்து தமது வாழ்வு எப்படி இருக்குமோவென்று நினைத்துக்கொண்டு இருந்தவள் மீது காதல் வயப்பட்ட குருஸின் தந்தை அவளையே மணந்தார்.

அரசுக்கு எதிராக சிதை நம்பிக்கையாளர்கள் சில அமைப்புகளின் துணையோடு “எங்கள் நம்பிக்கையில் தலையிட்டு கலாச்சாரத்தைக் களங்கம் செய்து விட்டனர்” என்று பெரும் கலவரத்தை மாவட்டம் முழுக்க உண்டாக்கியதினால் மாவட்ட நிர்வாகம் இதனை எப்படி எதிர்கொள்வது என்று தெரியாமல் திணறியது. முதல் வேலையாக குருஸின் அப்பாவுக்கு பணிமாறுதல் கொடுத்து இரவோடு இரவாக, அவரை அங்கிருந்து பாதுகாப்பாக வெளியேற்றியது. தென் வங்காளத்திலிருந்து வெளியேறிய அவர் பீகாரில் பணியமர்த்தப்பட்டார். அங்குதான் குருஸ் பிறந்தார். அம்மாவின் மூலம் வாய்மொழிக் கதை, பாடல் என்று குருஸ் இலக்கியம் கற்றார். அவர் மூலமே அவர்களது பூர்விக ஊரையும் கலாச்சாரம் என்ற பெயரில் அங்கு நிலவி வந்த பிற்போக்குச் சிந்தனைகளையும் தெரிந்து கொண்டார். சிறுவயதிலேயே அதற்கு எதிரான மனநிலையை அவர் அம்மா கட்டமைத்தாள். தனது அப்பாவின் சாகசங்களைச் சொல்லச் சொல்லி அடிக்கடி கேட்டுக்கொள்வார்.

அப்பாவின் சாகசமே அவரை சமூகம் குறித்து எழுதத் தூண்டியது. விளையாட்டாக எழுதுவதாக நினைத்த அவரின் அப்பாவுக்கு அவரது கவிதைகளின் வீரியம் பின்னாட்களில் பயம்கொள்ளச் செய்தது. அரசிடம் வேலை செய்துகொண்டே அரசுக்கு எதிராக மகனே எழுதுவதை அவரால் தடுக்க முடியவில்லை. ஆனால் அந்தக் கவிதைகளிலிருந்த உண்மை அவரை மகனிடத்தில் கடுமையான நடந்துகொள்ளத் தடுத்தது. ஆனாலும் அவரது கவிதைகளை மட்டும் ஆங்காங்கே மறைத்து வைத்தார். ஆனால் அது பறவைபோலப் பறந்துகொண்டு இருந்தது. வங்காள மொழியை அவனது அம்மாவும் ஆங்கிலம், இந்தியைப் பள்ளிக்கூடமும் அவருக்குக் கற்றுக்கொடுத்தன. அவரது முதல் கவிதையை வங்காள மொழியில் எழுதினார். தனது தாய் மொழியில் மகன் எழுதியது கண்டு அவரது அம்மா கொண்டாடித் தீர்த்தாள். அப்போது அவரது வயது பன்னிரெண்டை கடந்துகொண்டு இருந்தது.

மரங்களில் வசிக்கும்
பறவைகளின் கீச்சொலியை
எதனைக்கொண்டும்
நிறுத்தமுடியாது.
அதனின் பாடல்கள்
லயிக்கும் இசை தரும்
பறக்க விசை தரும்
வானம் இருக்கும் திசை தரும்.

உன்வானத்தைத் தரிசிக்க
நீயே சிறகை விரிக்கவேண்டும்
விடுதலைப் பறவையாய் இருப்பதுதான்
பறவைக்கும் அழகு.

பள்ளிக்கூடத்தில் பாடியது விடுதலைக்கான சிறு பறவையின் பாடலென்று மக்கள் பல பிரதிகள் எடுத்து எல்லோருக்கும் வழங்கினர். கவிதைப் பிரதியோடு வீட்டின் வாசலில் காவல்துறை வந்து நின்றது. காவல்துறை அதிகாரிகளிடம் அது விடுதலையின் கவிதை அல்ல பறவையின் வாழ்வியல் கவிதையென்றும், இயற்கை என்றும் இன்னும் என்னென்ன வாயில் வந்ததோ அனைத்தையும் சொல்லி அதிகாரிகளைக் குழப்பி அவருடைய அப்பா அவர்களைத் திருப்பி அனுப்பி

வைத்தார். அவருக்குள் கனன்றுகொண்டிருக்கும் கவிதையைச் சொற்கள் கொண்டு மேலும் தீ மூட்டினார். அவர் வளர கவிதைகளும் வளர்ந்தது. அவரிடமிருந்து உருவாகிய கரு பலமொழிகளில் பிரசவித்தது. அந்தக் கவிதையின் ஈர்ப்பில்தான் இணையாய் ஆதிலாவும் வந்து சேர்ந்தாள்.

குருஸின் பெயர் அரசுக்குப் புதிய நெருக்கடியைக் கொடுத்தது. அவரின் நடவடிக்கைகளைத் தனி அதிகாரிகளைக் கொண்டு அரசு கண்காணிக்கத் துவங்கியது. யாரோடெல்லாம் பேசுகிறார், எந்தெந்தக் கூட்டங்களில் பங்கேற்கிறார், அவரின் அரசியல் நிலைப்பாடு போன்றவற்றை கூர்ந்து நோக்கியது. அரசியல் கூட்டங்களில் பங்கேற்கவும் மேடையில் உணர்ச்சிக் கவிதைகளை வாசித்துக் காட்டவும் தொடங்கியிருந்தார். அவர் பணியாற்றும் அலுவலகத்தில் அவர் 'தேசவிரோதி' என்றும் 'ஆபத்தானவன்' என்றும் பட்டம்கொடுத்து அதிகாரிகள் அவரைப் பல இடங்களுக்கு வேலை தேடி அலைய விட்டனர். அவனுக்கான நெருக்கடி முற்றுப்பெறும்போது எல்லாவற்றையும் துறந்து ஓடிவிடுவார் என்று அதிகாரிகள் கணித்திருந்தார்கள். இப்படியான நெருக்கடிகள் வருமென்று முன்பே தெரிந்து அதனை சந்திக்கும் மனநிலையில் தன்னை தயார்படுத்தி வைத்திருந்தார்.

வாய்ப்பு அமையும்போது அவரது படைப்புகளை அழிக்கவும், கைது செய்யவும் அரசு தயாராகவே இருந்தது. தேச விரோதி என்றும், சமூக விரோத நடவடிக்கையில் ஈடுபடும் கும்பலைச் சேர்ந்தவன் என்றும், ஏதாவதொரு காரணத்தைச் சொல்லி மக்களையும் அரசின் ஆதரவாளர்களாக மடைமாற்றம் செய்யவும் அரசு தயாராகவே இருந்தது.

எவ்வளவு நெருக்கடிகள் வந்தபோதும் அவன் ஆதிலாவைக் களங்க விட்டதில்லை. ஆதிலாவுக்கு குருஸின் மீது அளவற்ற காதல் இருந்தது. அவர்களின் காதலில் திறமையான மகள் பிறந்தாள். மகளுக்கு எழுதிய கவிதைகளை அரசியல் கவிதைகளாக மக்கள் எல்லோரும் கொண்டாடினார்கள். தேசத்தின் பல மொழிகளில் அவரின் கவிதைகள் மொழி மாற்றம் செய்யப்பட்டது. பழைய அதிகாரியின் மகன் என்பதால் விட்டு வைத்திருக்கிறோம், இல்லையென்றால் நடப்பதே வேறு என்று மிரட்டலும் விடப்பட்டது. அவருடைய அப்பா இறந்த

பின்பும்கூட அதிகாரிகள் அவரை நினைவு வைத்திருப்பது அவருக்கு ஆச்சரியமாக இருந்தது. ஒரு மாலைநேரக் கூட்டத்தில் பலரும் கேட்டதற்கு இணங்க மேடையில் தோன்றி வாசித்த கவிதையே கைது நடவடிக்கைக்குக் காரணமாக அமைந்தது.

உங்களின் நிலம் இதுவல்ல
உங்களின் அதிகாரம் நிலைத்திருப்பதுமல்ல
உங்களின் வண்ணமும் சின்னமும் எங்களுக்கானதுமல்ல
எங்கள்மீது தொடுக்கும் அடி யாவும்
திரும்பவும் எதிர்வினையாக
உங்கள் மீதும் விழும்
அந்த நாளின் ஒளிக்கீற்றை
கண்ணை அகலத்திறந்து
பாருங்கள்
தூரத்தில் தெரியும்...

என்று தொடங்கும் நீண்ட பாடலே அரசைக் கோபத்திற்கு ஆட்படுத்தியது. அவரின் இந்தப் பாடல் நாட்டில் தேவையில்லாத குழப்பம் ஏற்படுத்தும் தொடர் நோக்கமென்று கூறி அவரின் வீட்டில் காவல்துறை அதிரடியாக நுழைந்து அவரின் அனைத்துப் பாடல்களையும் கைப்பற்றியது. பின்னால் அரசுக்கு எதிராகக் கலகம் விளைவிப்பதாகக் கைதும் செய்தது.

அரசாங்கம் வாய்மொழியாகக் கொடுத்த ஆணையை அதிகாரிகள் சிறப்பாக செய்துமுடித்தனர். கவிஞர் குருஸ் என்ற ஒருவன் இருந்தான் என்பதற்கான அனைத்து ஆவணங்கள், கவிதைகளும் அழிக்கப்பட்டன. வெவ்வேறு சிறைகளுக்கு மாற்றப்பட்ட குருஸ் கடைசியாகத் தமிழக சிறைக்குக் கொண்டு வரப்பட்டார். இரண்டு வருடங்கள் ஏழு மாதங்கள் வேலூர் சிறையில் இருந்த குருஸை எல்லோரும் கொண்டாடினர். அரசியல் கைதிகளுக்கு வகுப்பெடுத்தார். அரசியல் சமூகக் கவிதைகளை வங்காள மொழியிலும் இந்தியிலும் அவருக்குத் தெரிந்த தமிழில் விளக்கம் சொல்லி தனது கிராமத்து மெட்டில் பாடினார்.

மழையின் மண்வாசம்
சுவாசம் முழுக்க
நிறைந்த
இன்பம் கடத்துகிறது.
என் நாசியின் நுனியில்

எப்போதும் மண்வாசமாய்
நீதான் ஆதிலா....

அவ்வப்போது ஆதிலாவுக்கும் மகளுக்குமாக பாடல்களைப் பாடினார். ஆதிலாவையும் மகளையும் அடிக்கடி நினைவுபடுத்திக்கொண்டார். அவர்களின் எதிர்காலம் குறித்த கவலை இருக்கத்தான் செய்தது.

அரசு சொல்லச் சொன்னதை அப்படியே நீதிமன்றம் சொல்லியது. இறுதித் தீர்ப்புக்குப் பிறகு எப்போது வேண்டுமானாலும் தன்னை இந்த அரசு தண்டிக்குமென்று குருஸ் நினைத்துக்கொண்டிருந்தார். அடிக்கடி ஆதிலாவுக்கும் மகளுக்கும் சோறூட்டும் கனவு வந்து வந்து போனது.

நின்றுகொண்டிருந்த காவலாளி அவரின் தோளை நன்றாகப் பிடித்து உலுக்கினார். தூங்கிக்கொண்டிருந்த குருஸுக்கு அதிகாரிகளின் அந்நேர வருகையின் அர்த்தம் புரிந்தது. "இந்தா குருசு உன்ன டாக்டர் பார்க்கணுமாம், கூட்டி வரச் சொன்னாங்க" என்று காவலாளி சொன்னான். அவர்கள் பொய் சொல்வதைப் புரிந்தகொண்ட குருஸின் உதடு மெல்லமாய் சிரித்தது. எதையும் பேசாமல் அந்த மங்கலான வெளிச்சத்தில் நான்கு சீருடைகளுக்கு மத்தியில் குருஸ் நடந்து போனார். அவரைத் தொடுவதற்காக கொட்டடைக்குள்ளிருந்து பல கைகள் நீண்டன. ஆனாலும் தொட முடியவில்லை. காலடி சத்தம் கேட்டு மீண்டும் பறவைகள் கத்தின. நடந்து போவதை எல்லோரும் பார்த்தனர். அவரது கையில் மகளுக்கு சோறூட்டிய பருக்கைகள் விரலின் இடுக்கில் ஒட்டிக்கொண்டிருந்தன.

பராமரிப்பில்லாமல் கைவிடப்பட்ட அந்தப் பழைய கொட்டடையில் கரிக்கட்டையால் எழுதிய வங்காளமொழிக் கவிதை இன்னும் அப்படியே இருக்கிறது.

வானம் எப்போதும்
நீல நிறமாகவே இருப்பதில்லை
அது வண்ணங்களை
தந்துகொண்டே இருக்கும்
மகிழ்ச்சியின் போது
வானவில்லை ஈன்றும்

*தனக்கு பிடித்த வண்ணங்களை
வானமே முடிவுசெய்யும்.*

குருஸின் மெட்டுகளை வானம்பாடிகள் திசையெட்டும் கொண்டுபோய்ச் சேர்க்க ஆயத்தமாகிக் கொண்டிருந்தன.

❏❏❏

அதிகாலை நிசப்தம்

அதிகாலை நான்கு மணி. வேப்பமரம் குளிர்ந்த காற்றை ஜன்னல் வழியே அனுப்பிக்கொண்டிருந்தது. வெப்பமான நிலத்தில் குளிர்ந்த காற்று மனசுக்கும் கொஞ்சம் ஆசுவாசமாக இருந்தது. குந்திய தேசத்தில் இப்போதைக்கு காசில்லாமல் கிடைக்கும் ஒரே பொருள் கையில் அகப்படாத காற்று மட்டுமே. கடந்த வாரம் கூடிய மத்திய அமைச்சரவை "இப்படியே இன்னும் எவ்வளவு நாளைக்குதான் இலவசமாக காற்றைக் கொடுத்து இந்த மக்களை சோம்பேறிகள் ஆக்குவது, குறைந்தபட்ச கட்டணமாவது வசூல் செய்தால் தானே மக்களுக்கு பொறுப்பு வரும்" என்று கொதித்துப்போய் பிரதான அமைச்சர் பேசி உள்ளதாகத் தகவல் கசிந்தது.

சக அமைச்சர்கள் இப்போதைக்கு இந்தத் திட்டம் கொண்டு வருவது நாட்டின் ஸ்திர தன்மைக்கு கடுமையான பாதிப்பை ஏற்படுத்துமென்றும், மேலும் கட்டுபடியான விலையில் இதுவரை எந்தக் கார்ப்பரேட் நிறுவனமும் ஒப்பந்தம் கோரவில்லை என்றும் சொன்ன பின்புதான் பிரதான அமைச்சர் அமைதியாகியுள்ளார். அவர் சொல்வதையே எப்போதும் கேட்டுப் பழகிய இதர அமைச்சர்கள், அவ்வப்போது நிகழும் இந்த அதிர்ஷ்ட நாள் இன்று அமைந்துவிட்டதாகத் தங்களுக்குள் பெருமைப்பட்டுக் கொண்டனர்.

குளிர்ந்த காற்றின் சுகம் நிம்மதியான உறக்கத்தைக் கொடுத்தது. யாரோ கதைவைத் தட்டும் சத்தம் கேட்டது.

அதிகாலையில் கதவைத் தட்டுவது வாடிக்கையானது. வீட்டில் உள்ளவர்கள் உயிரோடு இருக்கிறார்களா? இல்லை குடும்பத்தோடு தற்கொலை செய்துகொண்டார்களா? என்று தெரிந்துகொள்ள தற்கொலைத் தடுப்பு அதிகாரிகள் கதவைத் தட்டுவார்கள். பெரும்பாலும் அதிகாலையில்தான் தற்கொலைகள் நடப்பதினால் இப்படியான சோதனைகள் நடப்பது வழக்கம். ஒவ்வொரு முறையும் கதவைத் திறந்து பதில் சொல்ல வேண்டியது இல்லை. "ம்..இருக்கேன்.. இருக்கேன்." என்று மறுபதில் சொன்னால் மட்டுமே போதுமானது. சிலர் கோபத்தில், "இப்பவரைக்கும் உயிரோடு தான் இருந்து தொலையறேன், மூடிட்டு அடுத்த வீட்டுக்குப் போ" என்று கத்திவிடுவார்கள். அதற்கு 'அரசு ஊழியரைப் பணி செய்யவிடாமல் தடுத்ததாக, ஆபாசமாகப் பேசியதாக' வழக்குப் பதிவு செய்து சிறையில் அடைத்து விடுவதும் வாடிக்கையாகியிருந்தது. பிறகு நீதிமன்றத்தில் மன்னிப்புக் கடிதம் கொடுத்தோ இல்லை 'கதவை மூடிவிட்டு போங்கள்' என்று சொன்னதை அவர்கள் தப்பாகப் புரிந்துவிட்டார்கள் என்று பழைய வசனத்தைப் பேசி நீதிமன்றதிற்கு விளங்க வைத்து விடுதலை பெற்று வெளியே வருவதற்குள் ஒருவழியாகி விடுவதும் இயல்பாகியிருந்தது.

கதவு தட்டும் சத்தம் கேட்டவுடன் எப்போதும்போல "ம்.. இருக்கேன்... இருக்கேன்..." சில நொடிகளுக்குப் பிறகு மீண்டும் கதவு தட்டப்படும் சத்தம் "சார் உயிரோடு இருக்கேன்... சந்தோசமா இருக்கேன்." இன்னும் சில நொடிகள் கடந்தபின்பு மீண்டும் தட்டும் சத்தம் கேட்டு விளக்கைப் போட்டு நேரத்தைப் பார்த்தபோது மணி நான்கைக் காட்டியது. அதிகாரிகள் சோதனை செய்யும் நேரம்தான். ஒருமுறை பதில் சொன்னாலே போதுமானது, மூன்றுமுறை பதில் சொல்லியும் போகவில்லை. ஒருவேளை நேரில் பார்த்து ஆய்வு செய்யச் சொல்லி அமைச்சரவையின் புதிய முடிவா? உலகத்தில் உள்ள எல்லா நாடுகளிலும் பகலில்தான் முக்கியமான முடிவு எடுக்கப்படும் இங்குமட்டும் தான் பிரதான அமைச்சர் இரவில் திடீரென தொலைக்காட்சியில் தோன்றி "இன்றிலிருந்து இந்த நொடிலிருந்து உங்கள் ஜட்டி ஒரே வண்ணத்தில்தான் இருக்க வேண்டும். பல வண்ணத்தில் போடுவதை அரசு தடை செய்கிறது. ஒருநாட்டில் எல்லோரும் சமம், அதில் பல வண்ணங்கள் இருப்பதை இந்த அரசு அனுமதிக்காது. ஒரே

ஜட்டி ஒரே லங்கோடு ஒரே நாடு" என்ற முடிவைக் கடந்தாண்டு அறிவித்ததைப் போல, நேற்று இனி நேரில் பார்த்து பதிவு செய்ய சொல்லி தற்கொலைத் தடுப்புப் பிரிவு அதிகாரிகளுக்கு உத்தரவு போடப்பட்டுள்ளதா? இவ்வளவு நேரம் கதவைத் தட்டுகிறார்கள்.

பெரும் குழப்பத்தோடு கதவைத் திறந்தபோது வெளியே தலையில் எண்ணெய் வைக்காமல் கருத்த நிறத்தில் வண்ணம் மங்கிப்போன சட்டையில் பலநாள் சாப்பிடாத களைப்பில் ஒருவர் நின்றுகொண்டு இருந்தார். அவரின் தோளில் ஜோல்னாப்பை தொங்கியது. ஜோல்னாப்பை இருந்தால் பெரும்பாலும் எழுத்தாளராக இருக்க எல்லா வாய்ப்பும் உண்டு என்ற நம்பிக்கையில்,

"யாரு நீங்க எழுத்தாளரா?"

'இப்போ அது ஒன்னுதான் கேடு' என்பதைப்போல அவரின் சோர்ந்துபோன கண்களை என்மீது செலுத்தினார். தனது பையில் கையைவிட்டு ஒரு கடிதத்தை எடுத்து நீட்டினார். அப்போது அய்ந்தாம் வீட்டில் அதிகாரிகள் கதவைத் தட்டும் சத்தம் கேட்டது. "ஐயோ ஆபத்து". அவரை உள்ளே இழுத்து கதவை மூடி உதட்டின் மீது விரலை வைத்து "உஸ்" என்று சொன்னது அவருக்கு விளங்கவில்லை. "கொஞ்சம் அமைதியாக இருங்க, ஆபீஸர்கள்" என்றேன். அவருக்கு ஒன்றும் விளங்கவில்லை. பொதுவாகக் குந்திய தேசத்தில் புதியதாக யாரவது வந்தால் உடனே அவர்களின் ஒட்டுமொத்த வரலாற்றையும் வந்தவர் அரசிடம் ஒப்படைக்க வேண்டும். வந்தவர் கொஞ்சம் அறிவு உடையவராகத் தெரிந்தால் 'அறிவு முறியடைப்பு சட்டத்தின்' கீழ் அவரை அவரின் நாட்டுக்கே திருப்பி அனுப்புவது மட்டுமல்லாமல் அந்த நாட்டின் அரசிடம் 'தேச விரோதிக்கான நோய்த் தொற்று இருப்பதாகத் தெரிகிறது கவனம்' என்ற குறிப்பையும் கொடுத்து விடுவார்கள். வந்தவர் பெரும் அறிவுக் கூர்மை உடைவையராக இருந்தால் எல்லா நாட்டுக்கும் ஆபத்து என்று அரசினால் நியமிக்கப்பட்ட 'கொலைக் குழு' மூலம் அவரைக் கொலை செய்து விடுவார்கள்.

ஒவ்வொரு வீடாகக் கதவைத் தட்டி வந்த அதிகாரிகள் இவன் வீட்டின் முறை வந்தபோது, ஆழ்ந்த உறக்கத்தில் இருப்பதைப்போல ஒரு ஸ்வரமற்ற குரலில் "சார் இருக்கேன்".

இந்த பதில் அவர்களுக்குப் போதுமானதாக இருந்ததால் அடுத்தவீட்டின் கதவை நோக்கி நகர்ந்தார்கள்.

"யாரு நீங்க, இது யாரு கொடுத்த கடிதம்."

"லிபரல் பாளையத்திலிருந்து எழுத்தாளர் ஆதவன் கொடுத்த கடிதம்."

எழுத்தாளர் ஆதவன் கடிதம்கொடுத்து அனுப்பினால் நிச்சயம் அவர் முக்கியமான நபராகத்தான் இருக்க வேண்டுமென்று ஆழ்மனப்பட்சி சொன்னது. வந்தவர் மிக சோர்வாக இருந்தார். எதிரில் இருந்த மரநாற்காலியில் அமரவைத்துவிட்டு, "இருங்க சார் நான் தேநீர் போட்டு வருகிறேன்" என்று சொல்லிவிட்டு, அவருக்கு முன்பிருந்த மேசையின் மீதிருந்த புத்தகத்தில் கடிதத்தை வைத்துவிட்டு அடுப்பங்கரைக்குள் நுழைந்தேன். ஆதவனிடமிருந்து கடிதம் வந்தது மகிழ்ச்சியாக இருந்தாலும் இந்த அசாதாரண சூழலில் கடிதம் கொடுத்து அனுப்பும் அளவுக்கு என்னவாக இருக்கும் என்று மண்டையைப் போட்டுக் குழம்பியது.

லிபரல்பாளைய தேசத்தில் ஆதவன் மிக முக்கியமான எழுத்தாளர், செயல்பாட்டாளர், அதனாலயே அரசுக்கு அவர்மீது தொடர் வன்மம் இருந்தது. அவர் என்ன எழுதினாலும் வழக்குப் போடுவதும் நீதிமன்றத்துக்கு அலைய வைப்பதையும் அரசு செய்துகொண்டே இருந்தது. என்ன எழுதினாலும் கைதா? என்று நினைத்தவர் "இப்போ என்ன செய்வீர்கள்" என்று வேண்டுமென்றே ஒரு காதல் கவிதை எழுதினார்.

அஃபே
நிலவுக்கு உன் முகத்திலிருந்து
வண்ணம் எடுத்தார்களா
இல்லை
நிலவிலிருந்து வண்ணமெடுத்து
உனக்குப் பூசினார்களா
சொல்
என் வெண்ணிலாவே...

நிலவிலிருந்து வண்ணத்தை எடுக்க முடியாது ஆனால் எடுக்க முடியும் என்று சொல்வதால் பொதுச்சொத்துக்கு சேதாரம்

விளைவிக்கும் நோக்கத்தோடு வெகு நாட்களாக செயல்பட்டதை அறிய முடிகிறது. இந்தத் திட்டத்திற்குப் பின்னால் 'ஹர்பன் நக்ஸல்கள்' இருப்பதற்கான எல்லா வாய்ப்பும் உள்ளது என்று ஆதவன் மீது வழக்குப் பதிவு செய்து "நிலவை சுரண்டும் சதித் திட்டம் காவலர்களின் அதிரடி நடவடிக்கையால் முறியடிப்பு" என்ற தலைப்பு செய்தியோடு பத்திரிக்கைகள் எழுதின. அந்த வழக்கிலிருந்து விடுதலையாக இரண்டு ஆண்டுகள் ஆனது, தற்போது அவர் எழுத்தாளர் நந்தஜோதி பீம்தாஸோடு தொடர்பில் இருந்தார் என்று வழக்கு பதிவுசெய்யப்பட்டு சிறையில் இருக்கிறார்.

நாடு கடத்தப்பட்ட எழுத்தாளர் நந்தஜோதி பீம்தாஸ் லிபரல்பாளையத்தில் கலகம் விளைவிக்க வேண்டும் என்ற நோக்கத்தோடு ஆதவனின் வங்கி கணக்குக்கு பலகோடி பணம் அனுப்பி உள்ளார் என்று உருவாகப்பட்ட பல ஆதாரங்களை முன்வைத்து, 'சொரிதாஸ்' என்பவன் வெளியிட்ட செய்தியை அடிப்படையாகக் கொண்டு அவரின் வங்கிக் கணக்கை முடக்கி விசாரணை செய்த பணயெடுப்பு அதிகாரிகள் அதிர்ச்சி அடைந்தார்கள்.

ஆதவன் வங்கிக் கணக்குக்கு நந்தஜோதி பீம்தாஸ் பணம் எதுவும் அனுப்பவில்லை. ஆனாலும், அதிர்ச்சிக்குக் காரணம் அவரின் வங்கிக் கணக்கில் அரசு கொண்டுவந்த தனிநபர் சேமிப்பு தொகையான 43 ரூபாயைத் தாண்டி கூடுதலாக 18 ருபாய் வைத்திருந்ததே... பிரதம அமைச்சர் அறிவித்த மறுநாளே மக்கள் வரிசையாக கருவூலம் முன்பு நின்று தங்கள் வசமிருந்த பணத்தைக் கொடுத்துவிட்டார்கள். வரிசையில் நிற்க முடியாமல் அந்த வாரத்தில் மட்டும் நாடு முழுக்க 73 பேர் இறந்துள்ளனர். அரசு அவ்வளவு கறாராக இருந்தும் வங்கி அதிகாரிகளின் கண்களில் அகப்படாமலும் இவ்வளவு பெரிய பணத்தை ஆதவன் பாதுகாத்துள்ளார் என்றும் அவரின் நடவடிக்கையில் எழுத்தாளர் நந்தஜோதி பீம்தாஸோடு தொடர்பு இருக்கிறது என்ற குற்றச்சாட்டில் நான்கு ஆண்டுகளாக சிறையில் உள்ளார். இந்த இக்கட்டான நேரத்தில் அவரின் கடிதம் குழப்பமாக இருந்தது.

தேநீரைக் குடித்தவர் மேஜையின் மீது கடிதம் வைக்கப்பட்டு இருந்த புத்தகத்தின் மீது தனது பார்வையைச் செலுத்தினார்.

இன்னும் நீங்கள் கடிதத்தை வாசிக்கவில்லை என்று அந்தப் பார்வை சொன்னதைப் புரிந்து எடுத்துப் பிரித்தேன்.

"அன்புத் தோழமைக்கு வணக்கம், கடிதம் கொண்டுவரும் தோழர் எங்கள் தேசத்தின் பொருளாதார அறிஞர். கடந்த இரண்டு ஆண்டுகளாக என்னோடு சிறையில் இருந்தார். அவர் மாட்டுச் சாணத்திலிருந்து பெட்ரோல் எடுக்கும் அரசின் திட்டத்தை விமர்சனம் செய்ததினால் பசுவை அவமானப்படுத்தினார் என்று, 'பசு பாதுகாப்புக் குழு' கொடுத்த புகாரின் பேரில் கைது செய்து சிறையில் அடைக்கப்பட்டார். அவரின் தண்டனைக் காலம் முடிந்து வெளியே வருகிறார். அவர் வெளியே வந்தால் பசுவை வெட்டி ஏற்றுமதி செய்யும் நிறுவனத்தின் உரிமையாளரும், பசு பாதுகாப்புக் குழுவின் தலைவருமான 'வெட்டல் ராஜ்' இவரை வெட்டி கறியோடு கறியாக கலந்து ஏற்றுமதி செய்ய இருப்பதாக நம்பத்தகுந்தவர்கள் மூலம் ஊர்ஜிதம் செய்யப்பட்ட தகவல் வந்துள்ளது. இப்போதைக்கு நீங்கள் தான் எப்படியாவது அவரைப் பாதுகாக்க வேண்டும். நன்றி.

தோழமையுடன்
சிறையிலிருந்து ஆதவன்
15.8.2047

சிறையில் இருக்கும் ஆதவனை நினைத்து அழுவதா? பொருளாதார அறிஞரை நினைத்துப் புலம்புவதா? குந்திய தேசத்தில் நிம்மதியாகக் குந்த முடியாமல் குலைந்து போயுள்ள என்னை நினைத்துக் கதறுவதா? ஒன்றும் புரியவில்லை. இப்போது பேசும் மனநிலையில் நானும் இல்லை, கேட்கும் நிலையில் அவரும் இல்லை. அருகில் இருந்த இன்னொரு அறையைக் காட்டி "இதில் ஓய்வெடுங்கள் சார் காலையில் பேசலாம்". சரியென்று தலையாட்டி அந்த அறைக்குள் படுக்கப்போனார்.

லிபரல்பாளையத்தில் கடந்த நான்கு ஆண்டுகளில் அந்நாட்டு அதிபர் பல கொடுமையான சட்டங்களை வரிசையாக அறிவித்துக்கொண்டே இருக்கிறார். அதனை விமர்சனம் செய்பவர்களை பக்கத்து நாட்டு உளவாளி என்று சொல்லி சிறையில் அடைப்பதையும் அவர்களின் குடும்பத்தை குடியுரிமை நிரூபிக்காதவர்கள் என்று முகாமில்

அடைப்பதையும் அந்நாட்டு அதிபர் செய்து வருகிறார். அவர் லிபரல்பாளையத்தின் வரலாற்றை ஆய்வு செய்ய அமைத்த குழு, "கருப்பாக இருப்பவர்கள் இந்த மண்ணின் பூர்வ குடிகள் இல்லை" என்று சமர்பித்த ஆய்வு முடிவால் அந்த தேசமே கலங்கிப்போய் உள்ளது. அங்குள்ள மக்கள் என்ன செய்வது என்று தெரியாமல் பயத்தில் பதுங்கு குழியில் குடும்பத்தோடு வாழ்ந்து வருகின்றனர். பலரும் பல நாடுகளுக்குத் தப்பி செல்கின்றனர்.

கடிகாரத்தில் ஒன்பது மணிக்கான அறிவுறுத்தும் மணி 'டங்..டங்...' என்று ஒன்பது முறை அடித்தது. வந்தவர் அறையிலிருந்து வெளியே வந்தார். வெகுநாளைக்குப் பிறகு சிலமணி நேரம் தூங்கியுள்ளார் என்பதை அவரைப் பார்க்கும்போதே தெரிகிறது. அவரது முகத்தில் கொஞ்சம் நிம்மதி இருந்தது. ஒரு பாதுகாப்பான நாட்டில் நுழைந்துவிட்டதாகவும் இனி கொஞ்ச காலம் இந்த தேசத்தில் நிம்மதியாக இருக்கலாமென்ற முடிவுக்கும் அவர் வந்திருக்கலாம்.

"வணக்கம் சார், உங்க பெயரைக் கேட்கவில்லை கடிதத்தில் ஆதவனும் குறிப்பிடவில்லை" மொட்டிலிருந்து விரியும் இதழைப்போல கொஞ்சமாய் உதட்டை விரித்து புன்னகை செய்து "Dr.கல்யாண சுந்தரம்" என்று சொல்லிவிட்டு வீட்டை ஒருமுறை சுற்றிப்பார்த்தார்.

சில தலைவர்களின் படங்கள் சுவற்றில் மாட்டப்பட்டு இருந்தன. மேஜையின் மீது மனைவி குழந்தைகளோடு இருக்கும் படத்தைப் பார்த்து "உங்களுக்கு கல்யாணம் ஆகிடுச்சா?"

"ம்ம்"

"அப்போ உங்கள் மனைவி குழந்தைகள் எங்கே, ஊருக்குப் போய்விட்டார்களா?" என் முகத்தில் படர்ந்த சோகத்தைப் பார்த்து ஒருவேளை அவர்கள் இறந்திருப்பார்களோ என்ற முடிவுக்கு வந்தவர் "ஐ அம் சாரி" என்றார்.

"சார் நீங்க நினைக்கிற மாதிரி இல்லை, அவுங்க உயிரோடுதான் இருக்காங்க."

??????????

“புதிய கல்விக் கொள்கைப்படி குழந்தைகள் பெற்றோர்களோடு வீட்டில் இருக்க அனுமதி இல்லை. வாரத்துக்கு ஆறு நாட்களுக்கு மனுமாந்திர லேகியத்தைக் கொதிக்கும் தண்ணீரில் கலந்து சாப்பிட்டு கூட்டுப் பிரார்த்தனை செய்ய வேண்டும் என்பதால் மாணவர்களை உண்டு உறைவிடப்பள்ளியில் வைத்துதான் பயிற்சி கொடுக்க வேண்டுமென்ற முறை நாடு முழுக்க கட்டாயமாக்கப்பட்டு நடைமுறையில் உள்ளது.”

“மாணவர்களின் விடுதி செலவு, உணவு செலவு எல்லாம் பெற்றோர்கள் சம்பளத்திலிருந்து நேரடியாக அரசு பிடித்துக்கொள்ளும், லேகிய செலவு மட்டும் மாணவர்கள் நலனுக்காக அரசு மானியத்திலிருந்து லேகிய தயாரிப்பு நிறுவனமான ‘குதஞ்சலி அன் கோ’வுக்கு அரசு வழங்கிவிடும்.”

“கட்டணத்தை செலுத்த முடியாத கூலி வேலைத் தொழிலாளிகள் என்ன செய்வார்கள்?”

“அவர்களுக்கு கல்வி நிலையமே அஜாஜ் பைனான்ஸ் மூலம் கடன் ஏற்பாடு செய்து கொடுக்கும். அவர்கள் மாதாமாதம் இஎம்ஐ கட்ட வேண்டும். கட்டாதவர்களுக்கு மூன்று மாதம் அவகாசம் கொடுக்கும். அதற்குள் செலுத்தவில்லை என்றால் “குழந்தையை ஜப்தி செய்து விடுவார்கள்”. நான் சொல்லிய நொடியில் கல்யாண சுந்தரத்தின் கண்ணில் மிரட்சி வந்ததை அவரின் பிதுங்கிய கண்கள் காட்டின. “ஒட்டுமொத்த பணத்தையும் கட்டினால்தான் பிள்ளையைக் கொடுப்பார்கள். பிள்ளையை மீட்கும் வரை அவர்களைப் பராமரித்த செலவு தொகையை வட்டியோடு செலுத்த வேண்டும்.”

“இதை தானாக முன்வந்து நீதிமன்றம் கேட்காதா.”

“ஆம் கேட்கும், கேட்டால் அவர்களுக்கும் கொடுக்க வேண்டும் என்று தனியாக அதற்கொரு கட்டணத்தையும் நிறுவனம் வசூலித்துக் கொள்ளும்” அவர் கேட்க வந்தது இதுவாகத்தான் இருக்குமென்று நினைத்து சொன்னேன். நான் சொல்லிய பதில் அவருக்குக் கலக்கத்தைத் தந்திருக்கும் போல. அவரின் முகம் அப்படிதான் சமிக்ஞை தந்தது.

“சரி உங்கள் மனைவி எங்கே.”

“அபகரிப்புத் திட்டத்தின் கீழ் உள்ளார்.”

“என்னது!”

“ஒரு ஆண்டுக்கு மூன்று மாதங்கள் மட்டுமே கணவன் மனைவியோடு சேர்ந்து இருக்க வேண்டும். அது தொடர்ச்சியாகவும் இருக்கலாம். அல்லது விருப்பத்துக்கு தகுந்து நாட்களைப் பிரித்தும் கொள்ளலாம். அவரவர்களின் விருப்பத்துக்கு ஏற்ப தெரிவு செய்யும் உரிமை உண்டு. மனைவியோடு இருக்கும் நாட்களை அபகரிப்பு திட்டக்குழு கண்காணித்து வருகைப்பதிவில் குறித்துக்கொள்ளும், எனது மனைவியை நேற்று முன்தினம்தான் அபகரித்துப் போனார்கள். இல்லை, இல்லை அழைத்துப் போனார்கள்.”

“எதற்கு இப்படியொரு திட்டம்.”

“உலக நாடுகள் எல்லாம் பொறுப்பே இல்லாமல் குழந்தைகளை வதவதவென்று பெத்துப் போடுவதால், அதனைக் கட்டுப்படுத்த வேண்டுமென்ற நோக்கத்தில் இப்படியொரு திட்டம் அறிவிக்கப்பட்டு உள்ளது. உலக நாடுகளுக்கு முன் உதாரணமாக இருக்க வேண்டுமென்று எங்களது பிரதான அமைச்சர் ‘ஜெய் பிரமச்சரியம்’ திட்டத்தின்கீழ் அறிவித்து உள்ளார். முதலில் அவர்தான் அவருடைய மனைவியைப் பிரிந்து இந்தத் திட்டத்தை துவக்கி வைத்தார்.”

“அழைத்துப் போனவர்களை என்ன செய்கிறார்கள்.”

“மலை அடிவாரத்தில் இருக்கும் யோகா குருக்களின் வசம் ஒப்படைக்கப்படுகிறார்கள். அங்கே அவர்களுக்கு யோகா சொல்லிக் கொடுக்கப்படுகிறது, அதற்காக அரசு யோகா குருக்களுக்கு வருடம் இரண்டாயிரம் கோடி வரி செலுத்துகிறது. அதை நாங்கள் வாங்கும் ஒவ்வொரு பொருளிலும் ‘யோகா வரி’ என்று அரசு தனியாக வசூலித்துக் கொள்கிறது.”

நான் பேசப் பேச ஏதோ அதிர்ச்சியான செய்திகளைக் கேட்பதைப்போல கல்யாணசுந்தரம் திகைத்துப் போனார். இதில் திகைக்க என்ன இருக்கிறது! இதற்கே இப்படி என்றால் ‘நடைவரியைக் கேட்டால் பயந்துபோய் விடுவார் போல’ என்று நான் மனசுக்குள் நினைத்துக்கொண்டு அவர் காதில் கேட்குமளவு ஒரு டெசிமல் கூடுதலாகச் சொல்லிவிட்டேன் போல.

“அதென்ன நடைவரி?”

“கடந்தாண்டு பரவிய ‘மரனோ நோய்’த் தொற்றுக்கு பயந்து நாடு முழுக்க இருந்த புலம்பெயர் தொழிலாளிகள் அவர்களது சொந்த ஊருக்கு நடந்தே பல ஆயிரம் கிலோமீட்டர்கள் போனார்கள். இதனால் சாலையில் பெருமளவு தேய்மானம் ஏற்பட்டதாக இதுகுறித்து விசாரிக்கப் போடப்பட்ட கமிஷன் அரசுக்கு அறிக்கை கொடுத்தது. நாட்டு மக்கள் பொறுப்புணர்வோடு நடந்து கொள்ள வேண்டுமென்று தொலைக்காட்சியில் தோன்றிய பிரதான் அமைச்சர் நாளைக்காலை முதல் சாலையில் நடக்கும் ஒவ்வொருவரும் ஒரு அடிக்கு ஒரு ரூபாய் செலுத்த வேண்டும் என்று அறிவித்தார். அவர் அறிவித்த ஒருமணி நேரத்தில் நெடுஞ்சாலைத்துறை ஊழியர்கள் எல்லோர் உடலிலும் மொபைல் சிம்கார்டு போல ஒரு ஜிப்பை எங்களது காலில் லேசர் மூலம் செலுத்தி விட்டார்கள்.”

“அப்போதிருந்து நாங்கள் யாரும் வீட்டுக்கு வெளியே நடைப்பயிற்சிகூட செய்வதில்லை, வேறு வழி இல்லாமல் பால் வாங்க எங்கள் கால்கள் வெளியே சென்றால் அந்நொடியே அடிக்கு ஒரு ரூபாய் எங்கள் வங்கிக் கணக்கிலிருந்து கழிந்து கொண்டே இருக்கும்.”

“பேயிடமிருந்து தப்பித்து இரத்தக் காட்டேரியிடம் மாட்டிக் கொண்டேனா?” என்றார்.

“உங்களுக்கு இதற்கு முன்பு குந்திய தேசத்தைப் பற்றி எதுவும் தெரியாதா?”

“இல்லை.”

“ஆதவன் எங்கள் நாட்டுக்கு வரும்போது நாங்கள் சிரித்துக்கொண்டு இருந்தோம், பிடித்ததை சாப்பிட்டும், விரும்பிய இடத்துக்குச் சென்றும் வந்தோம். அவற்றை நெகிழ்ச்சியோடு பார்த்தார். அவரின் தேசத்தில் கொஞ்சம் கொஞ்சமாக இருள் சூழ்வதாகக் கடைசிமுறை என்னைச் சந்திக்கும்போது கூறினார். அவர் எங்களை மகிழ்ச்சியாகப் பார்த்த அய்ந்தாண்டுகள் கழித்து எங்கள் தேசத்தில் எல்லாமே மாறிவிட்டது.” கண்கள் குளமாவதைக் கண்டவர் என் கைகளைப் பிடித்துக்கொண்டார்.

"கலங்காதீங்க..."

"அரசு சார்பாக தற்சார்பு பொருளாதாரத் திட்டத்தின் கீழ் இன்றிலிருந்து ஆட்டுப் புழுக்கையிலிருந்து ஆக்ஸிஜன் எடுக்கும் திட்டத்தை அமைச்சர் தம்பிமலையார் துவக்கி வைக்கிறார், அதில் எனக்கு புளுக்கையைப் பிரிக்கும் இடத்துக்குப் பணி மாறுதல் செய்யப்பட்டுள்ளது. முதல் நாள் நேரமாகச் செல்ல வேண்டும், விடுமுறை எடுக்க முடியாது அதனால் மாலை வந்து உங்களோடு விரிவாகப் பேசுகிறேன்". குந்திய தேசத்து மக்களின் கதைகளைக் கேட்டவரின் முகம் சுண்டிப்போனது. காலையில் விரிந்த அவரின் புன்னகை மீண்டும் மொட்டாய் சுருங்கிப்போனது.

"பகலில் யாரும் வர வாய்ப்பு இல்லை. அதனால் நிம்மதியாகத் தூங்குங்கள். ஒருவேளை வந்தால் அவசரப்பட்டுக் கதவைத் திறக்க வேண்டாம். யார் கதவைத் தட்டினாலும் "ம்ம்.. நல்லதான் இருக்கேன்" என்று சொன்னால்போதும் போய் விடுவார்கள்". மத்திய அரசின் 'போட்டுக்கொடுக்கும் கமிட்டி ஆட்கள்' எப்போதும் எல்லா வீதிகளையும் கண்காணித்துக்கொண்டே இருப்பார்கள். நேற்று இரவு அவர் யார் கண்ணிலும் படாமல் வந்தது இன்னும் எனக்கு ஆச்சிரியமே. கண்காணிப்பு வளையத்துக்குள் சிக்காமல் வந்தவரை கவனமாகப் பாதுகாத்து லிபரல்பாளையம் பழைய நிலைமைக்கு வந்தபின்பு மீண்டும் திரும்ப அனுப்ப வேண்டும்.

அதிகாலை 4 மணி. கதவு தட்டப்படும் சத்தம் கேட்டது. "சார் உயிரோடுதான் இருக்கேன்". மீண்டும் தட்டும் சத்தம், "சார் ஒன்னும் பிரச்சனை இல்லை சந்தோசமா இருக்கேன்". மீண்டும் தட்டும் சத்தம், "சார் குந்திய தேசத்தில் எங்களுக்கு என்ன கவலை நிம்மதியா இருக்கோம்". நேற்று கடுமையான வேலைப்பளுவால் எழுந்து போக முடியவில்லை. எவ்வளவு முயன்றும் ஆட்டுப் புழுக்கையிலிருந்து ஆக்ஸிஜன் எடுக்க முடியவில்லை. புழுக்கையை நசுக்கியும், அதில் ஆக்ஸிஜன் தன்மையை நுகர்ந்து பார்த்தும் பல ஆய்வுகளை அமைச்சர் செய்தபோதும் பலன் இல்லை. 'ச்சை பெயிலியர்' என்று அவர் கடும் கோபத்துடன் சொல்லிச் செல்லும்வரை கூடவே நிற்க வேண்டியாகி விட்டது. கால் வலியால் சட்டென எழுந்திட முடியவில்லை. மீண்டும் தட்டிய சத்தம் கேட்டு

எழுந்த கல்யாணசுந்தரம் தூக்கக் கலக்கத்தில் அவரது வீட்டைத் திறப்பதைப்போல நினைத்துக்கொண்டே திறந்தார். அவர் கதவைத் திறப்பதைத் தடுப்பதற்காக எழுந்து வருவதற்குள் முழுவதும் திறந்துவிட்டார். கனநேரத்தில் அவர் நெஞ்சின் மீது இரண்டு குண்டுகளையும், தலையில் ஒரு குண்டையும் செலுத்தியவர்கள் "அறிவு ஜீவிகளுக்கு எங்கள் தேசத்தில் என்ன வேலை, ஜெய் குந்தியா, ஜெய் மந்திர" என்றவாறு முழக்கமிட்டுக் கொண்டே இருசக்கர வாகனத்தில் புகையைக் கக்கியபடி வடக்கு நோக்கிப் போனார்கள். அவர்களின் உடலிலிருந்து வழிந்து வந்த அழுகிய உடல் வாசனையும், வாகனம் கக்கிய புகையும் சுவாசிக்க முடியாதளவு துர்நாற்றமாய் காற்றில் கலந்து குமட்டியது.

❏❏❏

இன்று தஸ்தகீர் வீடு

தெருவுக்குள் காவல்துறை வாகனம் நுழையும் போது காலை ஐந்து மணி நெருங்கிக்கொண்டு இருந்தது. நல்ல இருட்டு. நடுயிரவைத் தாண்டி யார் தெருவுக்குள் நுழைந்தாலும் உடனே தலைதூக்கி வருபவர்கள் புதிய ஆட்களென்று தெரிந்தால் தெருநாய்கள் குரைக்க ஆரம்பித்துவிடும். அவ்வப்போது வந்து போகும் வாகனம் என்றாலும் அதன் வண்ணமும் அதிலிருக்கும் காவலர்களின் நடவடிக்கையும் இங்குள்ள தெரு நாய்களுக்குப் பிடிப்பதில்லை. கடந்த மாதம் இதே நேரத்தில் ஜீப் வந்த போது தெருவில் படுத்திருந்த ஜிம்மியினுடைய குட்டியின் தலைமீது ஜீப்பின் டயர் ஏறியிறங்கிச் சென்றது. அப்போதிருந்து காவல்துறை வாகனத்தை கண்டால் ஜிம்மியோடு சேர்ந்து எல்லா நாய்களும் குரைக்க ஆரம்பித்துவிடும்.

நடுஇரவில் நாய்களின் குரைப்பு சத்தம் கேட்டாலே "இப்லிசுகே யாருக்கோ ரோத்திரம் கொடுக்க வந்திருச்சுக போல, மனுசன நிம்மதியா தூங்க விடுறாங்களா, எப்ப பார்த்தாலும் இதே ரோதனையா போச்சு" என்று திட்டிக்கொண்டே கதவை திறப்பது எல்லோருக்கும் பழகிவிட்டது.

இந்த முறை வாகனம் தஸ்தகீர் வீட்டின் முன்பு நின்றது. "அந்த புள்ள காலைல போனா நைட்டு தான் வேல முடுஞ்சு வருது அவனையும் விட மாட்டானுங்க போல

நாசமத்து போனதுக" என்று கதவை திறந்த சுளையா கரித்துக் கொட்டினாள்.

தஸ்தகிர் நகரத்தில் பிரபலமான வினோத் அன் கோவில் சாம்சங் நிறுவனத்தின் பொருட்களை விற்பனை செய்யும் சேல்ஸ் மேனாக பணியாற்றி வருகிறான். காலை ஒன்பது மணிக்குச் சென்றால் வீடுதிரும்ப இரவு பத்து மணியாகிவிடும். தீபாவளி, பொங்கல் பண்டிகை நாட்கள் என்றால் இரவு ஒரு மணியாகிவிடும். விற்பனையில் பணியாற்றும் யாருக்கும் சனி, ஞாயிறுகளில் வார விடுமுறை இல்லை. வார நாட்களில் திங்கள் முதல் வெள்ளி வரைக்குள் உள்ள நாட்களில் எதாவது ஒருநாளில் விடுமுறை எடுத்துக்கொள்ளலாம். தஸ்தகிரை பார்க்க வேண்டுமென்றால் திங்கள்கிழமை இருப்பானென்று எல்லோருக்கும் தெரியும், அன்றுதான் அவனுக்கு வாரவிடுமுறை. பல்கிசை திருமணம் செய்து பத்து வருடங்கள் முடிந்து விட்டது. அருகில் இருக்கும் மெட்ரிக்குலேசன் பள்ளியில் அவன் மகன் தௌபிக் ஐந்தாம் வகுப்பு படித்து வருகிறான்.

நாய்களின் குரைப்பு சத்தத்தில் தூக்கம் கலைந்து வந்த சுலைமான் "சார் என்ன வேணும்" என்று தஸ்தகீர் வீட்டின் முன்பு வந்துநின்ற வாகனத்தில் உட்கார்ந்துகொண்டு இருந்த அதிகாரியைப் பார்த்துக் கேட்டான். சுலைமானை பார்த்தவுடன் தெரிந்துகொண்டான் என்ஐஏ அதிகாரி சித்தார்த். "என்னபா சௌக்கியமா" என்று சுலைமானை பார்த்துக் கேட்டான்.

"நிம்மதியா வாழத்தான் நினைக்கிறோம். அதுக்கெல்லாம் ஒரு கொடுப்பினை வேண்டுமில்ல, எங்க நிம்மதியா வாழ முடியுது" என்று சித்தார்த்துக்குப் புரியும்படியே பீடிகையோடு சுலைமான் பேசினான். அவன் தன்னைத்தான் பீடிகை போட்டு பேசுகிறானென்று புரிந்து "நாங்க என்ன செய்ய முடியும் மேல என்ன சொல்லுறாங்களோ அதை செய்யத்தானே சம்பளம் வாங்கிறோம், யாராக இருந்தாலும் மேல் அதிகாரிகளுக்கு கட்டுப்பட்டுத்தானே இருக்க முடியும். அப்புறம் நாட்டோட பாதுகாப்பு ரொம்போ முக்கியமில்ல, அதுக்காக விடிய விடிய முழிக்க வேண்டியிருக்கு" என்று அவனும் இவனுக்குப் புரியும்படி பீடிகையோடு பேசினான்.

“ஆமாமா, நாங்கதான் நாட்டோட பாதுகாப்ப கெடுக்கிறோம், நீங்க வந்து தூக்கி நிறுத்திறீங்க” என்று சுலைமான் பேசியது அதிகாரிக்குக் கோபம் வந்தது. வந்த இடத்தில் கொடுக்கப்பட்ட வேலையைத் தவிர எதுவும் செய்யக்கூடாது என்பது அவர்களுக்கு வழங்கப்பட்டுள்ள கறாரான உத்தரவு. சோதனை செய்வதின் மூலம் ஒரு பதட்டத்தை திட்டமிட்டு உருவாக்கிவிட்டு பின்னர் ஒன்றுமில்லை என்று கிளம்பிப் போய்விடுவார்கள். சிலநேரம் விசாரனைக்கு என்று சிலரை அழைத்துச் செல்வது வழக்கம். அப்படி அழைத்துச் சென்ற சுலைமான் இரண்டு வருடங்கள் கழித்து எந்தக் குற்றமும் செய்யவில்லை என்று விடுதலை செய்யப்பட்டவன்.

அதிகாரிகளின் ஒவ்வொரு செயல்பாட்டையும் நேரில் அனுபவித்த சுலைமானுக்கு அவர்கள்மீது எப்போதும் ஒரு அசூசை இருந்தது. தான் எந்தக் குற்றமும் செய்யாதவன் என்று தெரிந்தே அரசு தரும் சன்மானத்துக்காக சித்தார்த் தன்னை சிறையில் தள்ளியவன் என்று சுலைமானுக்குத் தெரியும். அவனைப்போலவே பலரையும் இவர் இப்படிதான் என்.ஐ.ஏ சட்டத்தில் சிக்க வைத்தவர் என்று சிறைக்குச் சென்றவுடன் தெரிந்து கொண்டான். இவர்கள் பேசுவதை எல்லோரும் பார்த்துக்கொண்டு இருந்தனர். நாய்கள் குறைத்துக்கொண்டே இருந்தன. “ஊருக்குள்ள எங்க போனாலும் “ச்சை” இந்த நாய்க தொல்ல தாங்கல. துப்பாக்கிய எடுத்து பட்டு பட்டுன்னு சுட்டறனும் அப்பத்தான் இதுக கொலைக்கிரத அடங்கும்” என்று சித்தார்த் கோபத்தில் வெடித்தான். நாய்களின் தொடர் சத்தம் அவனைக் கோபம் ஏற்றியது ஆனாலும் இரண்டு அர்த்தத்தில் அவன் சொல்லுவது சுலைமானுக்குப் புரிந்து, “என்ன பண்ணறது சார் சத்தம் போட்டு கொலைக்கதானே முடியுது, இந்த தெரு நாய்களால வேற என்னத்த செய்ய முடியும் கடிக்க முடியாதே” என்று நிறுத்தியவன், பிறகு ஒரு சின்ன இடைவெளி விட்டு மேலும் தொடர்ந்தான் “அன்னைக்கு வரும்போது ஒரு குட்டி நாய் தலையில டயர விட்டு ஏறி போனீங்க, என்ன செய்ய முடுஞ்சது எல்லா நாய்களும் சேர்ந்து தொண்டை தண்ணி வத்துற வரைக்கும் கத்திட்டு, நமக்கு வாச்ச வாழ்க்கை இம்புட்டு தான்னு சொல்லி அது அதுக அடுத்து வேலை பார்த்து போயிடுச்சு, இப்படி கஷ்டப்படுறது என்ன புதுசா, உங்களுக்கு தெரியாதா என்ன” என்று சுலைமானும் இரண்டு பொருள்பட பேசியது சித்தார்த்துக்கு பெரும் ஆத்திரம் வந்த

போதும் எதனையும் முகத்தில் காட்டாமல் அந்தக் கோபத்தை அடுத்த முறை சிக்கும்போது பார்த்து கொள்கிறேன் என்று நினைத்தவாறே ஒரு 'கேனச் சிரிப்பை' சிரித்துவிட்டு தஸ்தகீர் வீட்டை நோக்கி நடந்தான்.

காவல்துறை அதிகாரிகள் அவ்வப்போது மொஹெல்லாவுக்குள் வந்து போவதைப் பார்த்து பழகி இருந்தாலும் எல்லோர் முகத்திலும் சிறு பீதி இருந்தது. விசாரணை என்று அழைத்து செல்பவர்களை "விசாரணை" என்ற பெயரிலையே இரண்டு மூன்று ஆண்டுகள் சிறையில் அடைத்து வைப்பது தொடர் நிகழ்வாக இருந்தது. அவர்கள் முதல் தடவை அன்சாரியை கூட்டிச் செல்லும்போது அவர்கள் குடும்பமே கதறியது. இன்னும் சொல்லப்போனால் அவனை எல்லோரும் தீவிரவாதியாகவே பார்த்தனர். மோசமான ஒரு மனிதன் இவ்வளவு நாட்கள் நம் கூடவே வாழ்ந்து வந்ததை நினைத்து தெருவே வெட்கப்பட்டது. "தான் எந்த தப்பும் செய்யவில்லை" என்று அவன் கத்தியதை யாருமே பொருட்படுத்தவில்லை. அவனின் இரண்டு குழந்தைகளின் கண்ணீரும் மனைவியின் கண்ணீரும் சுற்றி இருந்த யாருக்கும் கருணை தரவில்லை. இத்தனைக்கும் அவன் ஒரு செயல்பாட்டளானாக அந்த தெருவில் சாக்கடை பிரச்சனை என்றாலும், குடும்ப அட்டை கிடைக்கவில்லை என்றாலும், பிறப்பு, இறப்பு சான்றிதழ் என்றாலும் "நம்ம அன்சாரி இருக்கிறானுள்ள, அவன் பார்த்துக்குவான்" என்று நம்பிய எல்லோருக்கும் ஓடியோடி உதவி செய்பவனை எந்தக் காரணமும் இல்லாமல் இழுத்து செல்லும்போது யாருமே காப்பாற்றாமல் இருந்தது அவர்கள் குடும்பத்துக்கே அதிர்ச்சியாக இருந்தது. அவன் துடிப்பாக வேலை செய்துவந்த இயக்கமும் அவனைத் "தீவிரவாதி" என்று "அவர்களாகவே" முடிவு செய்து அவர்களும் கண்டுகொள்ளவில்லை.

"என் புள்ளைய கெட்ட புத்தியோடு வளக்கில, தங்கமா வளர்த்தேன். எல்லோருக்கும் ஓடி ஓடி உழச்சவனாச்சே இப்படி ஊரு பாக்க இழுத்து போறாங்களே" என்று அவனின் தாய் அழுதது யாருக்கும் கேட்கவில்லை. அன்சாரியோடு ஆந்திராவில் வியாபாரம் செய்து வந்தவன் அரசால் தடை செய்யப்பட்ட இயக்கத்தில் இருந்துள்ளான். வியாபார சம்மந்தமான பண வரவு செலவு வங்கி மூலம் பரிவர்த்தனைகள் இருந்ததால்.

அந்த இயக்கத்துக்கு உதவி செய்கிறவன் அன்சாரி என்று தேசிய புலனாய்வு முகமய் ஆழ்ந்து 'புலனாய்வு' செய்து அவனை சிறையில் தள்ளியது. அன்சாரி கைது செய்யப்பட்டு சுமார் ஆறு மாதம் கழித்துதான் தன்னோடு வியாபாரம் செய்து வந்தவன் தடை செய்யப்பட்ட இயக்கத்தில் இருக்கிறான் என்ற விபரமே அவனுக்குத் தெரிந்தது.

ஒரே தெருவில் இருந்தாலும் அன்சாரியின் குடும்பம் தனிமைப்பட்டு இருந்தது. அவர்களோடு யாரும் எந்த உறவும் வைத்துக் கொள்ளவில்லை. அவனின் தாய் தனது மகனின் யோக்கியதையை நிரூபிக்க நீதிமன்றத்துக்கும் வீட்டுக்கும் நடந்து கொண்டு இருந்தாள். அன்சாரியின் குழந்தைகளோடு பிறரின் குழந்தைகள் சேர்ந்து விளையாடமல் இருக்க மொஹெல்ல வாசிகளால் அந்தக் குழந்தைகள் தடுக்கப்பட்டனர். "அம்மா ஏன்மா என்கூட யாரும் வெலடா வர மாட்டிங்கிறாங்க" என்று அம்மாவிடம் குழந்தைகள் சொல்லும்போது அவளுக்கு அழுகையை தவிர வேறு எந்த பதிலும் இல்லாமல் இருந்தது. "இவ்வளவு மானம் கெட்டு இங்கே இருக்கனுமா, வேற எங்காவது குடிபோவம்" என்று அன்சாரியின் அம்மாவை பார்த்து அவன் மனைவி கேட்டபோது "என் புள்ள யோக்கியனு, சொல்லிட்டு போவோம்" என்று அழுத்திச் சொன்னாள்.

ஆந்திராவில் கைது செய்யப்பட்டவனுக்கும் அன்சாரிக்கும் வெங்காய வியாபாரத்தை தவிர வேறு எந்த 'வெங்காயமும்' இல்லை என்று சொன்னபோது தெருவே கூனிக்குறுகிப் போனது. எல்லோருக்கும் அது அவமானகரமாக இருந்தது. விடுதலையாகி அம்மாவோடு ஆட்டோவில் வந்து இறங்கினான் அன்சாரி. போலிஸ் விரித்த வலையில் நாமும் சிக்கிவிட்டோமென்று தெருவாசிகளுக்கு உறுத்தலாக இருந்தது. வீட்டுக்கு வந்தவனோடு பேசுவதற்காக மொஹெல்ல வாசிகள் நெருங்கினார்கள். "ஒரு சிறுக்கியும் என்புள்ளைட்ட பேசக்கூடாது, மானம் கெட்டுப் போயிடும்" என்று அவனது கையை பிடித்து உள்ளே இழுத்து போனாள். அவனுக்கு அம்மா செய்வது சங்கடமாக இருந்தாலும் எதுவும் பேசவில்லை. சில நிமிடத்தில் வெளியே வந்தவள் மருமகளோடும் பேரன்களோடும் வந்த அதே ஆட்டோவில் கிளம்பினாள். இரண்டு நாட்கள் கழித்து அன்சாரியின் மாமா மகன்கள் வண்டியோடு வந்து பொருட்களை எடுத்து வீட்டை காலி செய்து

போனார்கள். அதன்பின்பு இந்த தெருவுக்குள் அன்சாரி குடும்பம் வரவே இல்லை. அந்த அவமானகரமான அனுபவம்தான் அந்த தெருவாசிகளை "பத்திரிக்கை காவல்துறை ஆகியவற்றால் தாங்கள் எவ்வளவு அழகாக ஏமாற்றப்படுகிறோம்" என தெளிவடைய வைத்தது. அதன்பின்பு பலரும் விசாரணை என்ற பெயரில் அழைத்து சென்றாலும் எல்லோரும் கூடிவிடுவார்கள்.

திங்கள்கிழமை என்பதால் கூடுதலான நேரம் தூங்கும் தஸ்தகீர் அன்று ஆழ்ந்து தூங்கிக் கொண்டிருந்தான். கதவைத் தட்டும் சத்தம் கேட்டு விழித்தான். ஜன்னலைத் திறந்து பார்த்தபோது வெளியே காவல்துறை வாகனம் நின்றுகொண்டு இருந்தது. சுலைமான் உட்பட கொஞ்சம்பேர் நின்றுகொண்டு இருந்தனர். கதவைத் திறந்து வெளியே வந்தவன் முகத்தில் கொஞ்சம் பீதி இருந்தது. சுலைமான் 'பயப்படாத' என்பதைப்போல தலையாட்டினான்.

உள்ளே நுழைந்தவர்கள் மூலையில் வைக்கப்பட்டிருந்த மேஜை நோக்கி நகர்ந்தார்கள். தஸ்தகீரும் அவனது மகனும் நேற்று இரவு இந்திய மேப்பில் மாநிலங்களை குறித்து வைத்திருந்த படம் இருந்தது. சுவற்றில் பெரிய இந்தியா மேப் ஒட்டப்பட்டு இருந்தது. "இந்த ரெண்டு படம் எதுக்கு" என்று கொஞ்சம் உச்ச குரலில் சித்தார்த் கேட்டான். "இன்னைக்கு ஸ்கூலில் கொடுக்க" இந்நேரம் அவர்கள் வந்திருக்கும் பயத்தில் தயங்கியபடியே சொன்னான். அவனது தயக்கம் அதிகாரிகளுக்கு சந்தேகம் தந்தது.

"எந்த ஸ்கூல்?"

"பாரதி மெட்ரிகுலேஷன்" என்றான். "எந்த மிஸ் வரைஞ்சு வர சொன்னாங்க" என்று கேட்டான். அவனுக்குத் தெரியவில்லை மனைவியைப் பார்த்து விழித்தான். அவள் "லதா மிஸ்" என்றாள். "நாங்க விசாரிச்சு பார்ப்போம், பரவாயில்லையா" என்று சொல்லும்போது அவனது முகத்தில் கடுகடுப்பு இருந்தது. "சரி" என்பதைப்போல அவன் தலையாட்டினான். லதா மிஸ் எண் வாங்கிகொண்டான்.

சித்தார்த் கடிகாரத்தைப் பார்த்தபோது ஆறுமணி காட்டியது. ஒன்னரை மணி நேரமாக அவனிடம் எங்கே வேலை செய்கிறாய், அப்பா அம்மா உறவினர் விபரம், படித்த கல்லூரி விபரமென எல்லாம் வாங்கி கொண்டான். அதற்குள் முழு

வீட்டையும் அலசி முடித்து “லதா மிஸ்க்கு” போன் செய்தான் சித்தார்த். “மேடம் நாங்க போலிஸ் பேசுறோம் லதா மிஸ்சா?” “ஆமாம் சார்”, “இன்னைக்கு பிப்த் கிளாஸ் பசங்கள இந்தியா மேப் வாங்கி எழுதி வர சொன்னீங்களா?” என்றான். “ஆமாம்” என்று பதில் வந்தது. “எதுக்கு கேட்குறீங்க” என்று எதிர்குரல் வந்தது. “உங்க கிளாஸ் ஸ்டுடென்ட் தௌபிக் பாதர்ட்ட ஒரு என் கொயரி” என்று சொல்லிவிட்டு போனை வைத்தான். திடீரென்று விடியகாலையில் ஒரு ஆசிரியரை அழைத்து ஒரு மாணவனின் பெற்றோர் குறித்து “என்கொயரி” என்று போலிஸ் பேசினால் அந்த குழந்தையை இனி வகுப்பில் எப்படி நடத்துவார்கள் என்று எந்த உறுத்தலும் அவர்களுக்கு இல்லை. தௌபிக் நன்றாகத் தூங்கிக்கொண்டு இருந்தான்.

மேஜையில் எழுதிவைத்த மேப், சுவற்றில் ஒட்டப்பட்டிருந்த பெரியமேப், மேஜையிலிருந்த சில புத்தகங்களையும் எடுத்துவிட்டு “கொஞ்சம் ஆபிஸ் வரைக்கும் வாப்பா” என்று சித்தார்த் சொன்னான். தஸ்தகீர் உடல் முழுக்க வியர்வையில் நனைந்தான். “சார் அவருண்டு ஆபிஸ் உண்டுன்னு இருக்கிறவரு, ப்ளீஸ் சார்” என்று பல்கிஸ் சித்தார்த்தனிடம் கெஞ்சினாள். வெளியே நின்றிருந்த யாரையும் அதிகாரிகள் வீட்டுக்குள் அனுமதிக்கவில்லை. ஆனால் நேரமாக நேரமாக கூட்டம் கூடிக்கொண்டே இருந்தது.

“சார் என்னபப்பத்தி வேணா எங்க ஆபீசுல விசாருச்சுப் பாருங்க, நான் எந்த அமைப்புலேயும்கூட இல்ல” என்றான். அவனது குரலில் பயத்தால் நடுக்கமிருந்தது.

“உன்ன பத்தி தனியா விசாரிக்க என்ன இருக்கு உன் பேஸ்புக் பார்த்தாதான் எல்லாம் இருக்கே, அரசாங்கத்த திட்டி ஏதாவது ஒண்ணு எழுதிட்டேதானே இருக்கே, அது சரியில்ல, இது சரியில்ல, *goback* அப்பிடி இப்பிடின்னு” என்று அவன் சொன்னது அவனுக்கு தூக்கிவாரிப்போட்டது. சித்தார்த் அப்படிச் சொன்னதும் அவனை போலிஸ் கண்காணித்துக்கொண்டு இருப்பதை நினைத்து பயந்தான். பல்கிஸ் மனம் முழுக்க அவரை இழுத்து சென்றால் திரும்ப வர இரண்டு மூன்று ஆண்டுகளாகிவிடுமென்று பயந்தாள். கணவன் முகத்தைப் பார்ப்பதும் தூங்கிக் கொண்டு இருக்கும் மகனைப்

பார்ப்பதுமாய் அவள் முகம் வலமும் இடமுமாக திரும்பியது. அவள் கண்களில் கண்ணீர் பொங்கியது.

“ஒழுக்கமா இருக்கலைனா, அந்த கத்திகிட்டு நிக்கிறானே சுலைமானு அவனமாதிரி மூணு வருஷம் களி திங்க வேண்டியதுதான், அவனும் இப்படிதான் ஆடுனான். அவனுக்கு அது பத்துல போல இன்னொருமுற உள்ள வச்சா சரியாகிடுவான். அவன் கதிதான் உனக்கும் வரும்... என்ன புரியதா?” என்று அவன் சொன்னதும் தஸ்தகீர் கலங்கிவிட்டான்.

“இனிமே ஒழுக்கமா இருக்கணும்” என்று சொல்லிவிட்டு “உள்ள நடந்தது வெளிய சொன்ன அவ்வளவு தான். உள்ள பேசுனது உள்ளயேதான் இருக்கணும். வாய தொறக்கக் கூடாது” என்று அவனது கரகரத்த குரலில் கனைத்தான்.

பல்கிசையும், மகனையும் நினைத்த அவன் எதுவும் பேசாமல் அமைதியாகவே நின்றான். அவனது பயத்தை அவனது உடல் மற்றும் கண்களின் வழியே தெரிந்துகொண்ட சித்தார்த் வந்த வேலை முடிந்ததாக அவனுக்குள் முடிவு செய்துவிட்டு எழுந்தான்.

“கூப்பிடும்போது ஆபிஸ் வரணும்” என்று சொல்லிவிட்டு கதவைத் திறந்தான். தஸ்தகிர் உடல்முழுக்க வியர்த்து இருந்தது. தெருவில் அடிக்கடி போலிஸ் ஜீப் வந்து போவது சிறைக்குள் இருப்பதைப்போலவே எல்லோருக்கும்பட்டது. சித்தார்த் கையிலிருந்த இந்திய வரைபடத்தைக் கசக்கி சுவற்றின் மீது வீசியடித்து நகர்ந்தான். அது மேஜையின் கீழ் உருண்டு விழுந்தது.

ஜீப் சென்றவுடன் தஸ்தகீர் வீட்டிற்கு முன்பு குழுமியிருந்த எல்லோரும் அவனிடம் தைரியம் சொல்ல உள்ளே வந்தனர். அவன் கலங்கியிருந்ததை சுலைமான் புரிந்துகொண்டான். கண் விழித்த தௌபிக் ஒன்றும் புரியாமல் கண் கசக்கி முழித்தான். அவனது வரிசைப் பல் காட்டி பல்கிசைப் பார்த்துச் சிரித்தான்.

கட்டிலிலிருந்து இறங்கிய தௌபிக் மேஜையின் கிழே முட்டைக்கோஸைப் போல சுருண்டு கசங்கிக் கிடந்த இந்தியாவை தனது பிஞ்சுக் கரங்களால் விரித்து நேர் செய்துகொண்டு இருந்தான்.

எழுந்தால் இந்திய வரைபடம் கேட்டு அழுவான் என்று 'புதிய இந்திய மேப்' வாங்கிவர, தஸ்தகிர் சட்டை மாட்டிக்கொண்டு கடை நோக்கி நகர்ந்தான்.

❏❏❏

அகல்யாவுக்கும் ஒரு ரொட்டி

மழை பொய்த்து, நீர்ப்பாய்ச்சல் இல்லாத, பாலம் பாலமாய் வெடித்த வறண்ட நிலம்போல் இருந்தது அவனின் பாதம். பாதத்தின் பின்பக்க மேல் விழும்பில் ரத்தம் கசிந்தும், தோல் உரிந்தும் இருந்தது. பாதத்தின் அடி முழுக்க சதைகளைப் பிளந்து பலவகை மண் அப்பி காய்ந்து இருந்தது. இதற்கும் மேல் ஒரு அடியையும் எடுத்துவைக்க முடியாமல் கால்கள் 'வின்வின்னென்று' இழுத்து வலித்தன. இரண்டு ஜோடி துணி மட்டுமேயிருந்த தோள்பையை மரத்தின் அடியில் வைத்து "அம்மா... முடியல..." என்ற வலியின் புலம்பலோடு மரத்தின்கீழ் சாய்ந்தான் மஞ்சுநாத். சூரியன் தனது வெளிச்சக் கீற்றை மங்கச்செய்து மேற்கில் உள்ள மலைகளுக்குப் பின்னே ஒளிந்துகொள்ளத் தயாரானது.

கண் இமைகள் மூடிய நேரம் தூங்குமூஞ்சி மரக்கிளையிலிருந்து பிரிந்த இலையொன்று காற்றில் மிதந்தபடி வட்டமாய் சுற்றிக்கொண்டே அவன் இமையின்மீது விழுந்தது. விழுந்தமாத்திரத்தில் அதன்மீதிருந்த கருப்பு சாமிஎறும்பு 'தப்பித்தோமடா' என்ற தொனியில் அவன் முகத்தின் வழியே இறங்கி ஓடியது. எந்த உணர்வும் அற்று அவன் கண் மூடி இருந்தான். உடலில் இருந்த அனைத்து சக்திகளையும் போதுமானஅளவு வெயில் உறிஞ்சியிருந்தது. சக்தியற்ற சக்கையாய்ப் பிழிந்த உடல் எந்தப் பிரக்ஞையுமற்று இருந்தது.

மஞ்சுநாத்தின் நினைவு முழுக்க மனைவி ஆனந்தினி மீதும் மகள் பார்கவியின் மீதுமே இருந்தது. 'அவர்கள் என்ன செய்துகொண்டு இருக்கிறார்கள்? சாப்பிட்டார்களா? பாதுகாப்பாய் இருக்கிறார்களா, எதாவது பிரச்னையா?' என்ற நினைவுகள் அவனுக்குள் அலைந்துகொண்டே இருந்தன. இரண்டு நாட்களுக்கு முன்பு இவன் பேசியபோது மகள், "அப்பா சீக்கிரம் வந்துடுங்க... பார்த்து வாங்க" என்று பயந்துகொண்டே பேசினாள். ஆனந்தினியின் குரல் இன்னும் ஒடிந்துபோய் இருந்தது. கடைசியாகப் பேசும்போதுதான் செல்போனில் சார்ஜ் இருந்தது. பிறகு அன்று மாலை அணைந்து போனது. ஐந்தாம் நாளாக நடந்து நடந்து சக்தியற்று விழுந்தான்.

பையிலிருந்த இருபது சப்பாத்தியும் அய்ந்து நாட்களுக்குள் முடிந்து போயிருந்தது. ஐந்து நாட்களிலும் சேர்த்து அவனுக்கு ஏழு சப்பாத்திகள் மட்டும்தான் சாப்பிடக் கிடைத்தது. கூடவே நடந்து வந்த ரன்வீர் குடும்பத்துக்கு ஐந்தும், அகல்யாவின் மகள்களுக்கு ஏழுமாகப் பிரிந்துவிட்டது. சாலையில் இருக்கும் குழாயில் தண்ணீர் குடித்தே பெரும்பாலும் கடத்திவிட்டான். 'இன்னும் ஒருநாள் நடந்தால் வீடுபோய்ச் சேர்ந்துவிடலாம்'. மனம் தளராமல் வந்தவன் பசியால் மரத்தின்கீழ் சுருண்டு விழுந்தான். அவன் நடந்த சாலை முழுக்க மக்கள் மட்டுமே எறும்பைப் போல சாரை சாரையாக நடந்தனர். ஐந்து நாட்களில் அவன் பத்துக்கும் குறைவான வாகனங்களைத்தான் பார்த்தான். வாகனங்களுக்கு விடப்பட்ட ஓய்வில் மக்களின் கால்கள் வாகனமாகிப் போயிருந்தன.

மஞ்சுநாத் கிழக்கு டெல்லியின் ஒரு கட்டுமான நிறுவனத்தில் கட்டிடக் கூலியாக கடந்த இரண்டு வருடமாகப் பணியாற்றி வந்தான். சொந்த ஊர் ஆந்திராவின் அனந்தபூரில் உள்ளது. நான்கு மாதத்துக்கு ஒருமுறை வீட்டுக்குப் போய் வருவதை வழக்கமாக்கியிருந்தான். மகளைப் பார்க்கப் போகும் சந்தோஷத்தில் அவளுக்காக பைநிறைய பொம்மைகளை வாங்கிவருபவன் முதல் முறையாக எதுவும் இல்லாமல் வெறும் கையோடு, ஒரு தேசாந்திரியைப் போல மகளின் முகம் பார்க்க நடந்தே வந்தான்.

அவனின் செருப்பு நடந்து நடந்து தேய்ந்து ஓட்டை விழுந்து அறுந்து போனது. தொலைக்காட்சியில் தோன்றிய பிரதமர்

“பரவி வரும் நோய்த் தொற்றைத் தடுக்க 21 நாட்கள் நாடு முடக்கப்படும், யாரும் வெளியே வர வேண்டாம்” என்று திடீரென அறிவித்தபோது அவனால் என்னவென்று புரிந்துகொள்ள முடியாமல் தலையைச் சொறிந்தான். அவன் தங்கியிருந்த நீண்ட அறையில் பல மாநிலத்தவரும் இருந்தார்கள். வாரக்கூலியில் ஆனந்தினிக்கு அனுப்பியது போக, மீதத்தை கைசெலவுக்கு வைத்துப் பழகியவனுக்கு திடீர் அறிவிப்பு வயிற்றில் குண்டைத் தூக்கிப் போட்டது. ‘ஊரடங்கை அறிவிப்பதுக்கு முன்பு அன்றாடங்காய்ச்சிகள் இருப்பதை அவர் மறந்துவிட்டாரா’ என்று எல்லோரும் புலம்ப ஆரம்பித்தனர்.

மூன்று நாள் உணவு தந்த நிறுவனத்தார், ‘எந்த வேலையும் செய்யாமல் தண்டச்சோறு போட்டால் கம்பெனிக்கு கட்டுபடியாகாதென்று’ தொலைபேசியுடனான இணைப்பையும் துண்டித்துக்கொண்டனர்,

அவன் தங்கியிருக்கும் அறைகளுக்கு அருகே சிறுசிறு குடிசையை வேய்ந்து பல குடும்பங்கள் இருந்தன. எல்லோரும் ஒரே கட்டுமான நிறுவனத்தில் வேலை செய்துவந்த வெளிமாநிலத்தவர்கள். அந்த வகையில்தான் ரன்வீரும், அகல்யாவும் அவனுக்கு அறிமுகம். அவர்கள் கையிருப்பில் இருந்த பொருட்களை வைத்து மேலும் மூன்று நாட்கள் சமாளிப்பதற்குள் கண்விழி பிதுங்கியது.

குடியிருப்பு வளாகத்தில் பசியால் குழந்தைகளின் அழுகை கொஞ்சம் கொஞ்சமாகக் கூடியது. ஒரேநேரத்தில் எல்லோரும் கைவிட்டதை எப்படி எதிர்கொள்வது என்று தெரியாமல் குழந்தைகளைக் கட்டிக்கொண்டு அவர்களும் அழுதார்கள். எப்படியாவது ஊர் போய்ச் சேர்ந்தால் உயிர் பிழைத்துவிடலாம் என்று எல்லோரும் நினைத்ததைப் போலவே மஞ்சுநாத்தும் நினைத்தான். நேற்றே சொந்த ஊருக்குப் போக ரயில்நிலையம் வந்தவர்களை ‘எந்த வண்டியும் இல்லை எதற்கு வந்தீர்கள்’ என்று காவல்துறையினர் விரட்டி விரட்டி அடித்ததை குடியிருப்பு முழுக்க எல்லோரும் புலம்பித்தீர்த்தனர். ஆனாலும் போலீஸுக்குப் பயந்தால் உயிர் வாழ முடியாது. பெரும்பாலும் எல்லோரின் வீட்டிலும் குழந்தைகள் இருந்தன. குழந்தைகளுக்கு வேண்டியாவது உயிர்வாழ வேண்டியதாக இருந்தது.

கைவசமிருந்த மாவில் சப்பாத்தி செய்து ஒரு பாலித்தீன் பையில் கட்டி இரண்டு ஜோடி துணியையும், ஒரு துண்டையும் எடுத்துக்கொண்டு அவன் வெளியே வரும்போது பலரும் தலையில் மூட்டையோடு குழந்தைகளைக் கூட்டிக்கொண்டு நடந்துகொண்டிருந்தனர். ஊருக்கு நடந்தே போக வேண்டுமென்று நினைக்கும்போது அவனையறியாமல் கால்கள் நடுங்கின. இதை விட்டால் வேறுவழி இல்லை என்று அவன் மனதுக்குள் தொலைவைக் கணகிட்டபோது மகளின் முகமே நினைவுக்கு வந்தது. அவனது கால்கள் நிற்காமல் நடந்தன. ஆயிரம் கிலோமீட்டர் நடக்க வேண்டும் என்ற எந்த நினைவும் இல்லாமல் எறும்பு வரிசையில் இணைந்து கொண்டான்.

இரண்டு இரவுகள், மூன்று பகலில் நடந்ததில் எவ்வளவு தூரம் நடந்தோம் என்றுகூடத் தெரியவில்லை. எல்லோரும் தூங்குமிடத்தில் தூங்கினான். எல்லோரும் நடக்கையில் நடந்தான்.

ரன்வீர் கையில் கொண்டுவந்த கொஞ்ச உணவும் தீர்ந்தபோது "சாப்பிட ஏதாவது இருந்தா கொடுங்க பய்யா" என்று கையை நீட்டினான். அவன் நாக்பூருக்கு முன்பாகப் பிரிந்து குறுக்கு வழியில் கரஞ்சா செகபூர் செல்ல வேண்டுமென்றான். அவனது வீடு அங்குதான் உள்ளது. அவனது ஒல்லியான தேகமும் ஒடுங்கிய முகமும், 'இன்னும் இவனால் அவ்வளவு தூரம் நடக்க முடியுமா' என்ற எண்ணத்தை ஏற்படுத்தியது. இதுவரை அவன் யாரிடமும் கைநீட்டி எதையாவது கேட்டதை அவன் பார்த்ததில்லை. வேலை செய்யும்போதும் மற்றவர்களிடம் சிறிய பொருளைக்கூட எப்போதும் கேட்டதில்லை. அதையொரு தன்மான உணர்வைபோல காத்து வந்த அவன் முதல் முறையாக இவன் நெஞ்சுக்கு நேர் கையை நீட்டியது இவனுக்கு என்னமோ போல இருந்தது.

கையில் இருக்கும் கொஞ்ச ரொட்டியையும் அவனுக்குக் கொடுத்தால்... இன்னும் போகவேண்டிய தூரத்தை நினைத்து முடிவெடுக்க முடியாமல் தவித்தபோது அவனின் குழந்தை அழுதது. அவன் பையில் கையைவிட்டு மூன்று ரொட்டியை எடுத்துக் கொடுத்தான். ரன்வீர் இவனது கையைப் பிடித்து இந்தியில் சொன்ன பல வார்த்தைகளில் சிலது மட்டுமே

புரிந்தது. அவன் பேசும்போது அவனது கண்களின் ஓரத்தில் நீர் கசிந்ததை இவன் கவனித்தான்.

சப்பாத்தியில் ஒன்றை அவனது மனைவியிடம் கொடுத்துவிட்டு மீதத்தை அவனது மகனுக்கு ஊட்டினான். அப்போது அவனது கைகள் நடுங்கின. இரண்டு துண்டை அவனது வாயிலும் திணித்தான். ஏதோ நியாபகத்தில் அதற்குமேல் அவன் சாப்பிடவில்லை. அவனது மகனுக்கே கொடுத்தான். கையில் வைத்திருந்த பாட்டில் தண்ணீரை தொண்டை நனையக் குடித்தான். அவனது மனைவியின் சிவந்த முகம், வெயிலும், மண்ணும் பட்டு வாடிப்போய் இருந்தது. சிலமுறை அவள் பேசியுள்ளாள். அவள் பேசும் மொழி இவனால் முழுமையாகப் புரிந்துகொள்ள முடியாதளவு இருந்தது. அவர்களைப் பார்த்துக்கொண்டு இருந்தபோது இவனுக்கும் பசி வந்தது. மூன்றாவது நாள் நான்காவது சப்பாத்தியை வாயில் கவ்வி இழுத்தான். பாலைவனத்தில் ஒட்டகங்கள் தங்களது நீர்ப்பையில் தண்ணீரைச் சேர்ப்பது போல பசி வராமல் தடுக்கும் முறையை முயன்றுகொண்டு இருந்தான்.

நான்காவது நாளுக்கு நடக்கச் சொல்லி பறவைகள் எழுப்பின. அவனால் எழ முடியவில்லை. பறவைகளின் கீச்சொலியைக் கேட்கும் நிலையில் உடல் இல்லை. நன்றாக உழைக்கும் உடலாக இருந்தபோதும் அவனது கால்கள் 'போதும்' என்று இறைஞ்சின. நடக்கையில் "கா சாரேன்ங்கே" என்று சம்பிரதாயக் கேள்வி கேட்கும் காவல்துறை அதிகாரிகளும் எங்கு செல்கிறோம் என்று கேட்டுப் போனார்களே தவிர வேறு எந்தக் கருணையும், மாற்று ஏற்படும் அவர்களிடம் இல்லை. "அச்சா அச்சா" என்று சொல்லிவிட்டு ஜீப் போய்க்கொண்டே இருந்தது.

கால்கள் அசைக்கமுடியாமல் இருந்தன. "பய்யா உட்டோ... சலோ சலோ.." என்று எழுப்பினான் ரன்வீர். இவனை விட்டுப்போக ரன்வீர் விரும்பவில்லை. "சலோ பய்யா" என்று அவனின் மனைவி சொன்னாள். அவனுக்காக எல்லோரும் நிற்பதைப் பார்த்து அவனால் 'நீங்கள் போங்கள்' என்று சொல்ல முடியவில்லை. பலரும் விடியக் காலையிலேயே நடக்க ஆரம்பித்தனர். வெயில் வருவதற்கு முன்பு நடந்துவிட்டால் களைப்பு தெரிய வாய்ப்பில்லை என்று சாரை சாரையாக

வரிசை போனது. நடக்க நடக்க கிளை நதிகளைப் போல சிலர் பிரிந்தனர்.

அருகில் கிடந்த ஒரு தடியை எடுத்து நின்றவன் பையில் வைத்திருந்த தண்ணீரை எடுத்து முகம் கழுவி வாயைக் கொப்பளித்தான். கொஞ்சம் குடித்துவிட்டு மெல்லமாகக் காலை எடுத்து வைத்தான். கால் 'வின்னென்று' வலித்தது. யாரோ அடித்துப்போட்டதுபோல அவனுக்கு இருந்தது.

'இரவில் தூங்கும்போது ஏதோ குழந்தையின் அழுகுரல் கேட்டுகொண்டே இருந்ததே யாருது' என்றான் ரன்வீரிடம். முன்னால் இரண்டு குழந்தைகளுடன் நடந்து போகும் அகல்யாவைக் காண்பித்தான். அகல்யாவை எல்லோருக்கும் தெரியும். அவள் ஒரு குழந்தையை இடுப்பில் வைத்து இருந்தாள், அதற்கு ஒன்னரை வயது இருக்கும். நடந்து போகும் குழந்தைக்கு ஐந்து வயது இருக்கும். அவளும் அவளது கணவரும் சேர்ந்துதான் வேலை செய்து வந்தார்கள். ஆறு மாதத்துக்கு முன்பு அவன் ஐந்தாவது மாடியில் வேலை செய்துகொண்டிருந்தபோது சாரம் சரிந்து விழுந்து இறந்துபோனான். இரண்டு குழந்தைகளை வைத்துக்கொண்டு அவள் கணவனைப் பிடித்து அழுததை யாரும் மறக்கவில்லை. அப்போதுதான் அகல்யாவின் முகம் இவனுக்கும் பதிந்தது.

'வேலை செய்யும்போது இறந்தால் அவர்களுக்கு இழப்பீடு கொடுக்க வேண்டும். அதனை வைத்து இரண்டு குழந்தைகளையும் காப்பாற்றி விடலாம்' என்று பலரும் அவளுக்கு நம்பிக்கை தந்தார்கள். நிறுவனம் தருவதுபோல தினமும் இந்த மாதம் அடுத்த மாதம் என்று பாவ்லா கட்டிக்கொண்டே இருந்தது. கொஞ்சம் சத்தம்போட்டுக் கேட்டால் 'உன்னால முடுஞ்சத பாரு' என்று ஒரே வார்த்தையில் வெளியே தள்ளிவிடுவார்கள். அவர்களின் மனம் கோணாமல் வாங்கிவிட்டு வெளியேறிட வேண்டுமென்றே அவளும் அழுத்தம் கொடுக்காமல் வேலை செய்து வந்தாள். அழுத்தம் கொடுத்த பலரையும் அப்படி அலைய விட்டவர்கள் அவர்கள் என்று அவளுக்கும் தெரியும். இங்கேயே இருந்து வாங்குவதுதான் ஒரே வழி என்று ஆறு மாதமாகப் போராடி வருகிறாள். பலரும் அவளுக்கு அவ்வப்போது உதவி செய்து வருகிறார்கள். ஆனால் இப்போது எல்லோரும் கழிவு கலந்த

கைவிடப்பட்ட நதிபோல போனார்கள். இரவில் அவளின் குழந்தைகள்தான் பசிக்கு அழுதன என்று ரன்வீர் சொன்னான். அழுத குழந்தைகள் சோர்வில் அழுதுகொண்டே தூங்கிவிட்டன என்றான்.

முன்னால் நடந்து போய்க்கொண்டிருந்தாள் அகல்யா. "இதிகாசத்தில் ரிஷியால் சாபமிடப்பட்டு ராமபிரானால் மீட்டுக் காப்பாற்றப்பட்ட அகல்யா, ராமசீடர்களால் வதம் செய்யப்படுகிறாள்" என்றான் ரன்வீர். அவன் சொன்ன எதுவுமே இவன் காதில் விழவில்லை. "இன்னுமவள் எவ்வளவு தூரம் செல்ல வேண்டும்" என்றான் மஞ்சுநாத். "சந்திராபூர்" என்றான். நாக்பூர் சென்று அங்கிருந்து இன்னும் பல தொலைவு செல்ல வேண்டும் என்று ரன்வீர் சொன்னான். அவள் தலையில் ஒரு மூட்டை இருந்தது. அவள் கொண்டுவந்த உணவு முழுமையும் தீர்ந்து போனதை அவன் சொன்னான். நேற்று நடந்து வருபவர்களுக்கு ஒரு டெக்ஸ்டைல் மில் பிஸ்கட் பாக்கெட்டைக் கொடுத்தது. அதைத்தான் அவளது மகள்களுக்கு நேற்று மதியம் சாப்பிடக் கொடுத்துள்ளாள். நடந்ததில் இன்னும் பசியேறித்தான் குழந்தைகள் அழுதுள்ளன. முன்னே நடந்து போகும் அவளின் பெரிய மகள் 'அம்மா... அம்மா...' என்று குரல் உடைந்து முகம் பார்த்து சொல்லிக்கொண்டே வந்தது. அது பசிக்குத்தான் அம்மாவிடம் இறைஞ்சுகிறது என்று நினைக்கும்போதே அதன் முதுகில் 'சப்பென' வைத்தாள். குழந்தையின் பசியைப் போக்க முடியாத இயலாமையில் அவள் அடித்ததை உணர்ந்த மாத்திரத்தில், இவனது முதுகில் உள்ள ரொட்டிகள் தூக்க முடியாத அளவு கணத்தன. குழந்தை அழுதது. அவள் அழுதாள்.

அவளருகே சென்று குழந்தையைத் தன் வலது கையால் அணைத்தான். தனது மகளை அணைப்பதைப்போல இவனுக்கு இருந்தது. அகல்யா இவன் முகத்தைப் பார்த்தாள். இவனைப் பலமுறை வேலை செய்யும் இடத்தில் பார்த்திருந்தாலும் இருவருக்கும் முகஅறிமுகம் மட்டுமே உண்டு. ஒருமுறைகூட பேசியதில்லை. அங்கே ஐநூறுக்கும் அதிகமானவர்கள் வேலை செய்வதால் எல்லோரும் எல்லோரிடத்திலும் பேசுவதில்லை. பெரும்பாலும் ஒரே மாநிலத்தவர்கள் அவர்களுக்குள் பேசிக்கொள்வார்கள்.

“என்னிடம் ரொட்டிகள் உள்ளன, குழந்தைக்குக் கொடுக்கவா” என்றான். அகல்யா எதுவும் பேசவில்லை. கண்களில் கண்ணீர் மட்டுமே வந்தது. மரத்துக்கடியில் ரன்வீரும் உட்கார்ந்தான். அகல்யாவிடம் மூன்று ரொட்டிகளைக் கொடுத்துவிட்டு ரன்வீரிடம் இரண்டைக் கொடுத்தான். அவளின் பெரிய மகள் அதனைப் பார்த்தபோது எல்லாப் பற்களும் தெரிந்தன. அந்த சிரிப்பில் சொல்ல முடியாத அழகு இருந்தது. “தேர நாம் கியாஹ” என்றான். “சீத்தா” என்றாள். சீத்தா கைக்குழந்தைக்கு ஊட்டினாள். மூன்றையும் குழந்தைகளே சாப்பிட்டன. இவன் எதையும் யோசிக்காமல் இன்னும் இரண்டை எடுத்து அகல்யாவிடம் கொடுத்தான். அவள் வேண்டாம் என்றாள். பசியின் உச்சக் கொடூரத்தில் இருப்பதை அவளின் முகமே காட்டியது. ஆனாலும் அவள் வாங்க மறுத்ததால் எதுவும் பேசாமல் அவள் மடிமீது வைத்துவிட்டு வேறு திசைநோக்கித் திரும்பி இவனும் ஒன்றை எடுத்துச் சாப்பிட்டான். அவள் சாப்பிட்டாளா அதனையும் குழந்தைக்குக் கொடுத்தாளா என்று எதனையும் அவன் பார்க்கவில்லை. வெயில் இன்னும் ஏறவில்லை. நடக்க ஆரம்பித்தார்கள். முதல் முறையாக அகல்யா இவனைப் பார்த்துச் சிரித்தாள்.

வெயில் உச்சிக்கு வந்திருந்தது. ரன்வீர் வேறு பாதையில் போக வேண்டுமென்று திரும்பினான். அகல்யா இவனோடு வந்தாள். வெயில் உச்சியை அடைந்தபோது மூடப்பட்டிருந்த கோயிலின் முன்பு இருந்த நிழலில் மக்கள் படுத்தும் உட்கார்ந்தும் ஓய்வு எடுத்தார்கள். இவன் அருகிலேயே அவளும் உட்கர்ந்தாள். அவளுக்கு இருபத்தைந்து வயது இருக்கலாம் என்று இவனுக்குத் தோன்றியது. இந்த இளம் வயதில் இரண்டு பிள்ளைகளோடு அவள் நடத்தும் போராட்டம் இவனுக்குத் துயரமாக இருந்தது. சீத்தா இவன் அருகே வந்து உட்கர்ந்தாள். “மேர பாபா அப்கா தோஸ்து ஹி” என்று கேட்டாள். ‘ஆமாம்’ என்று தலையாட்டினான். இவள் தகப்பனோடு அவன் பேசியதே இல்லை ஆனாலும் ‘நீங்க என் அப்பாவின் நண்பரா’ என்று அவள் கேட்டபோது இல்லை என்று மறுக்கவில்லை.

அப்பா இல்லாத சீத்தாவை நினைக்கும்போது இவன் மகள் பார்கவியின் நினைவு வந்தது. கையில் இருக்கிற உணவை எல்லோரும் கொஞ்சமாய் எடுத்துச் சாப்பிட்டார்கள். அவர்களை சீத்தா திரும்பிப் பார்த்தாள். பையிலிருந்து

இரண்டு ரொட்டிகளை எடுத்து அவளிடம் நீட்டும்போது வாங்க வேண்டாம் என்று மகளை அகல்யா கடிந்தாள். "நீ சாப்பிடு" என்று முதுகில் தட்டிக் கொடுத்தான். சீத்தா அம்மாவின் முகம் பார்த்தாள் 'சரி' என்பதுபோல அவளின் தலை அசைவு இருந்தது. சீத்தா ஒன்றைத் தனது தங்கைக்குக் கொடுத்தாள். இவன் அகல்யாவிடம் ஒன்றை நீட்டும்போது வேண்டாமென்றாள். "தனக்குப் பசி இல்லை நீங்கள் நல்லபடியா ஊர் போய்ச் சேருங்கள்" என்றாள். அவளின் பேச்சில் ஒரு அக்கறை இருந்தது. "இன்னும் தோரயமாக முன்னூறு கிலோமீட்டர் போக வேண்டுமென்று" சொன்னாள். "அவ்வளவு தூரம் எப்படிப் பசியோடு போக முடியும், இந்த ஒன்றைச் சாப்பிடு" என்று கொடுத்தான். "இல்லை போதுமானளவு நீங்கள் ஏற்கனெவே கொடுத்து விட்டீர்கள் இதுவே அதிகம் வேண்டாம்" என்றாள். உதவி செய்கிறார் என்பதற்காக தொடர்ந்து இவனைக் கஷ்டப்படுத்த விரும்பவில்லை, அதனால்தான் தவிர்க்கிறாள் என்பதை இவனும் உணர்ந்தான்.

வெயில் கொஞ்சம் குறைந்தது. நதியோடு கலக்க எல்லோரும் எழுந்தனர். அகல்யா குழந்தைகளோடு எழுந்தாள். இவனைப் பார்த்தாள். "கொஞ்சம் ஓய்வு வேண்டும் நீங்கள் செல்லுங்கள்" என்றான். "நான் கொஞ்சம் காத்திருக்கவா" என்றாள். "வேண்டாம் இன்னும் நீ எவ்வளவு தூரம் செல்ல வேண்டியுள்ளது. அதானால் நீ போ" என்று அவனுக்குத் தெரிந்த இந்தியில் சொன்னான். சரியென்று புன்னகைத்து நடந்தாள். அவள் புன்னகையில் பசியின் சோர்வு தெரிந்தது. முதல் முறையாக அவள் பெயரைச் சொல்லி அழைத்தான் "அகல்யா". அவள் திரும்பிப் பார்த்தாள்.

"ஒரு ரொட்டி தரேன் சாப்புடுறயா."

"வேண்டாம் நீங்கள் பத்திரமாகப் போங்கள். வீட்டில் பாபியைக் கேட்டதாகச் சொல்லவும்" என்று சொல்லிவிட்டு நடந்தாள். அம்மாவின் கைபிடித்து சீத்தா நடந்தாள். திரும்பி இவனுக்கு கையசைத்தாள். அவள் செய்வதைப்பார்த்து இடுப்பிலிருந்த குழந்தையும் 'கை' அசைத்தது. இருவருக்கும் கை அசைத்தான். அகல்யா திரும்பி புன்னகைத்துக்கொண்டே நடந்தாள்.

‘உடல் வலிதீர இப்போதைக்கு போதுமான அளவு ஓய்வு எடுத்துவிட்டேன்’ என்று அவன் நினைக்கும்போது காற்றில் கலந்திருந்த வெக்கை குறைந்து வெயில் இன்னும் கொஞ்சம் இறங்கியிருந்தது. அகல்யா போய் வெகுநேரமாகியிருந்தது. அருகில் படுத்திருந்தவன் “போலாமா” என்றான். பேச்சுத் துணைக்கு ஆள் கிடைத்துவிட்டதாக கையில் வைத்திருந்த தடியை வைத்து ஊன்றி எழுந்தான். அருகிலிருந்தவன் உதவி செய்தான்.

கொஞ்சதூர நடையில் கால்கள் மீண்டும் எப்போதும்போல நடக்க ஆரம்பித்தன. ஒரு இடத்தில் ஓய்வு எடுத்துவிட்டால் மீண்டும் கால்கள் பழைய வேகத்துக்குவர சிறிது நேரம் எடுத்துக்கொண்டன.

சூரியன் இன்னும் சிறிது நேரத்தில் முழுவதுமாக மறைந்து விடுவேன் என்ற சமிக்ஞையைக் கொடுத்தது. வெகுநேரம் நடந்த கலைப்பு கால்களுக்குத் தெரிந்தது. ஈரக் காற்று முகத்தில் அடித்தது. பக்கத்தில் பெரிய ஆறு ஓடுவதாகக் கூடவருபவன் சொன்னான். “குளித்தால் உடல்வலி போகும் குளிக்கிறீர்களா?” என்று இந்தியில் கேட்டான். ‘சரியென்று’ தலையாட்டினான்.

ஆற்றின் பாலத்தில் குளிப்பதற்கான கூட்டம் நிரம்பி வழிந்ததைப் பார்த்தான். இவனும் பாலத்தின் அருகே சென்றான். இவன் முகத்தை கூட்டத்தில் இருந்த ஒருவன் பார்த்து என்னமோ சொன்னான். அவனை மூன்று நாளாக இவன் பார்க்கிறான். மதியம் கோயிலில் உட்கார்ந்திருந்தபோதும் இவனைக் கவனித்து இருந்தான். அவன் இவனைப் பார்த்துச் சொன்னதையே எல்லோரும் இவனைக் கைநீட்டிச் சொன்னார்கள். அவர்கள் பேசுவது இந்தியைப் போலவே இல்லை. கூட வந்தவன் அதிர்ச்சியாக நின்றான்.

“என்னாச்சு” என்று கூட வந்தவனைப் பிடித்து உலுக்கினான். “உன்கூட இருந்தவள் குழந்தைகளின் பசி தாங்காமல் குழந்தைகளோடு ஆற்றில் குதித்துவிட்டாளாம்.” அவன் சொன்னது தலையை பிடித்து இரும்புத் தூணில் பலமாக அடித்ததைப்போல கின்னென்று இருந்தது. எல்லோரையும் விலக்கிப் பார்த்தான். ஆறு வேகமாகப் போனது. குழந்தைகள் பசிக்கிறது என்று அழுதுகொண்டே வந்ததினால் என்னசெய்வது என்று தெரியாமல் நின்றவள் அழுதுகொண்டே “ஜெய் ஸ்ரீ ராம்”

என்று சொல்லிவிட்டு ஆற்றில் குதித்துவிட்டதாக பார்த்தவன் சொன்னான்.

விரிந்த ஆற்றில் நீரின் வேகம் அதிகமாக இருந்தது. வெகுதூரம் போயிருப்பாள். என்னவென்று சொல்ல முடியாமல் அழுதான். இரண்டும் சின்னக் குழந்தைகள் என்று நினைக்கும்போது அவனால் தாங்கமுடியாமல் கண்ணீர் வழிந்தது.

பையிலிருந்த ரொட்டி ஒன்றை எடுத்து ஆற்றைப் பார்த்து "வெகுதூரம் போக வேண்டியுள்ளது சாப்பிட்டுப் போ அகல்யா" என்று வீசினான். அது நீரின் வேகத்தில் மிதந்து கொண்டே போனது. அந்த ரொட்டி எதிர்ப்படும் பாறையின் மீது 'சட்டென' மோதியது. ரொட்டியாக இருந்ததால் அது இரண்டு துண்டாய் சிதறாமல் போவதை நினைக்கும்போது சீத்தாவின் முகமும், அவளின் தங்கையின் முகமும் நினைவுக்கு வர, அதற்குமேல் அவனால் அங்கு நிற்க முடியவில்லை வேக வேகமாக நடந்தான். ரன்வீர் சொன்னது முன்னும் பின்னுமாக இப்போது காதில் விழுந்தது. 'ராமன் காத்த அகல்யா'.

மரத்தின்கீழ் கிடந்தவனின் வாயின் அருகேயிருந்த மண் அவனது மூச்சுக் காற்றுப்பட்டு கொஞ்சம் நகர்ந்தது. முகத்தில் மணல் ஒட்டியிருந்தது. எங்கிருந்தோ வீசிய ஈரக்காற்று இவன் முகத்தில் அறைந்தபோது அவனுக்கு ஆற்றின் ஓரத்தில் வீசிய குளிர்ந்த காற்றின் நியாபகம் வந்தது. அது அகல்யாவை நியாபகப்படுத்தியது. எந்தச் சுரமும் இல்லாமல் அவன் உதடுகளிலிருந்து வார்த்தைகள் மெல்லமாய் அந்த மண்ணில் இறங்கின. "பார்த்துப் போ அகல்யா, குழந்தைகள் பத்திரம்."

❏❏❏

கானல் நீர் உருவங்கள்

மதிய வெயில் வெள்ளையாய் சாலையில் விரிந்திருந்தது. மூன்று மணி என்பதால் வெக்கை அதிகமாக இருந்தது. பேருந்து நிறுத்த பெஞ்சில் படுத்துக்கிடந்த ஜானகிராமன், ஏதாவது வாகனம் வந்தால் தலையை மட்டும் கொஞ்சம் தூக்கிப் பார்ப்பது, வண்டி நிற்காமல் போனால் மீண்டும் பெஞ்சில் வைத்திருந்த அழுக்கு மூட்டையின்மீது தலையைச் சாய்ப்பது என்றிருந்தார். நிறுத்தத்தின் அருகிலிருந்த மரத்தின்கீழ் படுத்துக்கிடந்த செம்பட்டை நாயும் வாகன சத்தம் கேட்டால் அவரைப்போலவே தலையைத் தூக்கிப் பார்ப்பதும் சாய்த்துக் கொள்வதுமாக இருந்தது. கொஞ்ச நேரத்துக்கு முன்புவரை எந்த வாகனம் வந்தாலும் "லொள்..லொள்..." என்று பின்னாலேயே கத்திக்கொண்டு போன செம்பட்டை, இப்போது அந்த ஓட்டத்துக்கும் சக்தி இல்லாமல் படுத்துக்கிடந்தது.

ஒருநாள் முழுக்க பசியைப் பொறுத்திருந்த ஜானகிராமனுக்கு, இரண்டாம்நாள் காலையிலிருந்து பசி வயிற்றை அரிக்க ஆரம்பித்தது. ஏதாவது போடு, இல்லையென்றால் இருக்கும் குடல் அனைத்தையும் கடித்துக் குதறிவிடுவேன் என்று கொஞ்சம்கூட கருணை இல்லாமல் பசி அவரை மிரட்டிக்கொண்டிருந்தது. நேற்று மதியம் வரை கோயில் முன்பு இருந்த குப்பைத்தொட்டியில் ஓரளவு உணவு கிடைத்த செம்பட்டைக்கு நேற்று இரவுமுதல் ஒரு பருக்கைகூட கிடைக்கவில்லை. விட்டால் பசியில்

நம்மைக் கடித்துவிடுமோ! என்று அதனின் குறுகுறுப்புப் பார்வையில் ஜானகிராமனுக்கு கவலை தொற்றியிருந்தது. அவர் தன்னுடைய உடல் இரண்டு கொடிய மிருகங்களுக்கு இடையே சிக்கிக்கொண்டு இருப்பதாக எண்ணினார். ஜானகிராமன் எழுபது வயதைப் பூர்த்தி செய்திருந்தார். உடல் சுருக்கங்கள் அவரின் வயதைக் கூட்டியே காண்பித்தன. கறுமையை முழுவதுமாகத் தொடாத நிறம். தலையிலிருந்த வெள்ளை முடி கொஞ்சம் கொட்டியிருந்தது.

கடந்த எட்டு ஆண்டுகளாக அந்தோணியார் சர்ச் முன்பு பிச்சை எடுத்து வருகிறார். இதுவரை பசியை உணராமல் இருந்தார். ஐம்பது மீட்டர் தள்ளி மாரியம்மன் கோயில் இருப்பதால் இரண்டில் ஏதாவது ஒன்று அவரது நம்பிக்கையைச் சிதைக்காமல் இருந்தது. காசுக்குக் காசும் சோறுக்குச் சோறும் கிடைத்துவிடும். இது வருமானம் வரும் ‘நல்ல ஸ்பாட்’ என்று முடிவு செய்துதான் இந்த இடத்தைத் தேர்ந்தெடுத்திருந்தார். “உங்கப்பனுக்கும் சேத்து ஆக்கி போடத்தான் எங்கம்மா உனக்குக் கட்டிக் கொடுத்தாங்களா” என்று மகனிடம் மருமகள் சண்டைபோட்டபோது, இதுக்குமேல் அவமானத்தைத் தாங்கிக்கொண்டு இந்த வீட்டில் வாழமுடியாது என்று முடிவுக்கு வந்த ஜானகிராமன் ஏதாவது வேலைக்குப் போகலாமென்று வீட்லிருந்து வெளியேறினார். அவர் வேலை கேட்ட எங்குமே “உங்க வயசுக்கு என்ன வேல கொடுக்க முடியும், வேற எங்காவது பாருங்க” என்று நிராகரிக்கப்பட்டதால் அன்று என்னசெய்வது என்று தெரியாமல் நகரப் பேருந்து நிறுத்தத்தில் உட்கார்ந்து கொண்டிருக்கையில், பசியாகயிருந்த முகத்தைப் பார்த்து பிச்சைக்காரர் என்று நினைத்து ஒரு அம்மா அவரின் முன்னால் ஒரு சாப்பாட்டு பொட்டலத்தை வைத்துவிட்டுப் போனாள். “நான் பிச்சைக்காரன் இல்லை” என்று வாய் திறப்பதக்கு முன்பே, சோத்து பொட்டலத்தை வைத்தவள் வேக வேகமாகப் பேருந்து ஏறிப் போய்விட்டாள். அதனைத் தூக்கி எறிய மனமில்லாமல் சாப்பிட்டார். கைநீட்டி எதுவும் கேட்கக்கூடாது, கொடுத்தால் மறுக்கக் கூடாது என்று அவராகவே ஒரு கொள்கை முடிவெடுத்து அங்கும் இங்கும் சுற்றி கடைசியாக இங்கே வந்து உட்கார்ந்தவர் அப்படியே எட்டு வருடமாக பேருந்து நிறுத்தத்துக்குப் பின்னாலிருந்த மூன்றடி நீளவாகு உள்ள இடத்தைத் தனக்கான இடமாக அவராகவே ‘பட்டா’ போட்டுத் தங்கிவிட்டார்.

இங்கு வந்து உட்கார்ந்தபோது ஏற்கெனவே இரண்டு மூன்று பிச்சைக்காரர்கள் இருந்தார்கள். இப்போதும் அவர்கள் எப்போதாவது வருவார்கள். ஒவ்வொரு செவ்வாய்க்கிழமையும் சர்ச்சில் சிறப்புப் பிராத்தனை என்பதால் அன்று வருவார்கள். அன்று நல்ல வசூல் இருக்கும். சிலநேரம் அவர்கள் ஞாயிறு பூசைக்கு வருவார்கள்; மற்றபடி எப்போதும் இங்கே இருக்கும் ஒரே நிரந்தர பிச்சைக்காரர் ஜானகிராமன் மட்டுமே.

நாடு முழுக்க பிரதமர் அறிவித்த திடீர் ஊரடங்கு உத்தரவினால் சாலையில் மக்கள் நடமாட்டமே இல்லாமல் வெறிச்சோடிப் போயிருந்தது. நாட்டில் பரவும் ஆட்கொல்லி வைரசினால் யாருக்கு வேண்டுமென்றாலும் உயிர் இழப்பு ஏற்படும் என்ற அச்சம் எல்லோரையும் முடக்கிப்போட்டது. "நீ என்ன சொல்லறது நான் என்ன கேக்குறது" என சொல்லிக்கொண்டு திரிபவர்கள்கூட பயந்து வீட்டுக்குள் அடங்கி இருந்தனர். உயிர் பயம் அவர்களின் உடலை இயக்கமறுத்து வீட்டுக்குள் சிறைப்படுத்தி இருந்தது. அப்படியும் யாராவது நடமாடினால் அவர்களின் புட்டம் நன்றாக சிவக்கும்படி, கருப்பு புட்டமாக இருந்தாலும் சிவப்பு கோடுகளாகத் தடித்து இருக்க வேண்டுமென்று காவல்துறைக்கு உத்தரவு கொடுக்கப்பட்டதால் அதற்கு பயந்தேனும் வண்டியில் அங்குமிங்கும் சுற்றிக்கொண்டிருந்த இளம்தாரிகள் அடங்கி வீட்டில் இருந்தனர்.

கடைகள் அனைத்தும் பூட்டியிருந்தன. இந்த ஊரடங்கு பத்து நாட்களுக்கு நீடிக்குமென்று பிரதமர் அறிவித்திருந்தார். செய்தித் தொலைக்காட்சிகளில் அறிவிக்கப்படும் 'எங்கள் நாட்டில் நான்காயிரம் பேர்', 'எங்கள் நாட்டில் ஐந்தாயிரம்', 'எங்களுக்கு பத்தாயிரம்' என்ற இறப்புகளின் எண்ணிக்கை உண்மையாகவே எல்லோருக்குள்ளும் பயத்தை உண்டாக்கியிருந்தது. அதன் காரணமாகவே இரண்டு நாளும் சாலை பேரமைதியாக இருந்தது. இந்தப் பேரமைதி இன்னும் எட்டு நாட்கள் நீடிக்கும் என்று நினைக்கும்போதே ஜானகிராமனுக்கு வயிற்றில் பசிபயம் படர்ந்தது. கையில் காசு இருந்தும் சாப்பிடக் கடை இல்லாமல் இருப்பது வாழ்வின் இறுதிக்கட்டத்துக்கு வந்தடைந்துவிட்டோம் என்ற நினைப்பை அவருக்கு ஏற்படுத்தியது.

“அம்மா பசிக்குது, சோறு போடுங்க” என்று கேட்டால் கொடுக்கும் வீடுகள்கூட, “இந்த நோய்த் தொற்று யாருக்கு வேண்டுமென்றாலும் இருக்கும். புதிய நபர்கள் யாரையும் வீட்டின் பக்கம் அனுமதிக்காதீர்கள். அவர்களுக்கு இருந்தால் காற்றின் வழியாகப் பரவி உங்கள் நாசி வழியாக நுழைந்து உங்களுக்கே தெரியாமல் நுரையீரலைத் தாக்கி உங்களைக் கொன்றுவிடும் ஜாக்கிரதை” என்று சொன்ன அரசின் அறிவிப்பால் பலரின் வீட்டுக் கதவும் பத்து நாட்களுக்கு ‘உலகமே அழிந்தாலும் திறக்கவே மாட்டோம்’ என்று கறாராக இருப்பதைப் பார்த்து ஜானகிராமன் அடுத்து என்ன செய்வது என்று தெரியாமல் தலையைத் தேய்த்துக்கொண்டே இருந்தார்.

“சாகரதுனு ஆச்சுனா நிம்மதி. ஹோட்டெல ஒரு பீப் பிரியாணி சாப்பிட்டு நிம்மதியா போய்ச் சேர்ந்திருக்கலாம்” என்று புலம்பினார். அவருக்கு ஜீரணப் பிரச்சனை இருப்பதால் எப்போதாவது பிரியாணி சாப்பிடும் ஆசை வந்தால் சாப்பிடுவார். “கையில் காசு இருந்தும் திங்காமல் சாகுறோமே” என்று விசனம் அப்போது அவருக்கு இருந்தது.

சாலையில் வரும் ஒன்றிரண்டு வாகனவாசிகள், ஏதாவது சாப்பிடக் கொண்டுவருகிறார்களா என்று தலையைத் தூக்கித்தூக்கிப் பார்த்து எதுவும் வராது என்ற முடிவுக்கு வந்தவர் வயிற்றைப் பிடித்து பசியைத் தனது கையால் தடவிக்கொடுத்துக்கொண்டிருந்தார். அது “நீ தடவுவதற்கான நேரத்தைக் கடந்து வெகுநேரமாகி விட்டது” என்று கொடூரமான வலியைக் கொடுத்தது. அவரின் கைகள் பசியில் நடுங்க ஆரம்பித்தன.

“ஏதாவது கொடுங்களேன்” என்றுதான் இவ்வளவு நேரமும் வருகிற ஒன்றிரண்டு வாகனங்களையும் கெஞ்சிக்கொண்டே பின்னாலேயே ஓடியது நாய். அவர்கள் நாய் கடிக்க வருவதாக பயந்து “ச்சை போ..” என்று விரட்டிவிட்டுப் போனார்கள். அவர்கள் போகும்போது “அந்த பக்கம் போலிஸ் விரட்டுது.. இந்த பக்கம் இது விரட்டுது.. ஊர் பயங்கிற செக்யூரிட்டியா இருக்குடா மாப்பிள” என்று கிண்டல் செய்து போனார்கள். அவர்கள் இதுக்கு முன்புவரை ஊர் இப்படி அமைதியாக இருந்ததைப் பார்த்ததே கிடையாது. அதனை நேரில் தரிசிக்க வேண்டுமென்ற ஆவல் இருந்தது. பின்னாலேயே ஓடிய நாய்

பசியின் கோரம் அதிகமானதால் கால்களில் பலமின்றி நாக்கு வெளியே தள்ளி அப்படியே படுத்துவிட்டது.

வெயில் கடுமை காரணமாக ஜானகிராமனின் நாக்கு தண்ணீருக்காக ஏங்கி "ஒரு சொட்டாவது தண்ணி தா" என்றது. தனது பட்டா போட்ட கூரை இல்லாத வீட்டில் இருக்கும் இரண்டு பைகளுக்கு நடுவே கையைவிட்டுத் துளாவினார். அங்கு கிடந்த பிளாஸ்டிக் போத்தலில் அவர் வாய் நனைக்குமளவு நீர் இருந்தது. அதனை எடுத்து அவர் குடித்தபோது தலை உயர்த்தி பார்த்த செம்பட்டை கால்களுக்கு பலம் கொடுத்து எழுந்து நின்றது. அதனைக் கவனிக்காத ஜானகிராமன் அதற்குள் தண்ணீரை முழுவதுமாய்க் குடித்தார். அதன்முகத்தில் ஒரு ஏமாற்றத்தொனி தெரிந்தது. "வாவ்.." என்று அவரைப் பார்த்து ஒரு சத்தம் கொடுத்து மீண்டும் படுத்துக்கொண்டது.

வெயிலின் வெக்கை காற்றில் அனல்போல மிதந்தது. தரையில் படுத்துக்கிடக்கும் நாயின் நாக்கு பற்களுக்கு நடுவே வெளியே நீட்டி விழுந்தது. குடல் பிழிவதை ஜானகிராமனால் தாங்கமுடியவில்லை. கைநடுக்கத்தை அவர் நன்றாக உணர்ந்தார். "முடியல யாரவது வந்து காப்பாத்துங்க" என்று அழைத்தாலும் வருவதற்கு அங்கே யாருமில்லை. இருந்தாலும் வர வாய்ப்பும் இல்லை. யாருக்கு வேண்டுமென்றாலும் நோய்த் தொற்று இருக்கலாம் என்ற ஜாக்கிரதை உணர்வு எல்லோருக்கும் மேலோங்கி இருப்பதை தெரிந்தே ஜானகிராமன் கைகள் நடுங்க படுத்துக்கிடந்தார்.

'வயிற்றுக்குள் எதாவது போனால் நிச்சயம் உயிர் பிழைத்துவிடலாம்' என்ற ஒரு சமிக்ஞையும் அவருக்குக் கிடைத்தது. தனது அம்மாவின் குரலைப் பல ஆண்டுகளுக்குப் பின்பு காற்று தூக்கி வந்து காதில் இறக்கியது. "என்ன ஜானகி பசிக்குதா. அம்மா அடுப்புல சோறு வச்சிருக்கேன் இறக்குனேனா தரேன். அதுவர பொறுத்துக்கோ" என்று அந்தக் குரல் பேசியது. வெகு ஆண்டுகளுக்குப் பிறகு கேட்ட அந்தக் குரலால் அவரின் கண்களின் வழியாக நீர் கோலமிட்டது. அது வளைந்து நெளிந்து தலையின் கீழே வைத்திருந்த அழுக்கு மூட்டையில் இறங்கி வட்டமாக விரிந்தது. எழுந்து உட்கார எத்தனித்தார். அவரின் கால்கள் ஒத்துழைக்கவில்லை. கண்கள்

மூடின. காதுகள் அவ்வப்போது கேட்டுவந்த பறவைகள் சத்தத்தையும் கொஞ்சம் கொஞ்சமாக நிறுத்தி வந்தது. அவரின் உதடுகள் 'அம்மா பசிக்குது... ரொம்ப பசிக்குதுமா..' என்று முணுமுணுத்தன.

காதுகள் முழுவதுமாகக் கேட்பதை நிறுத்தின. அவரின் உதடுகள் எந்த சுரமும் இல்லாமல் மெல்லிய ஓசையில் "அம்மா... அம்மா..." என்று முனங்கின. கொஞ்சநேரத்தில் முனங்களும் அப்படியே நின்றது. பலமற்ற அவரின் கையை யாரோ உலுக்கி "அய்யா... அய்யா... எழுந்திருங்க. பன்னு சாப்பிடறீங்களா... எழுந்துருங்க... எழுந்துருங்க" என்று இரண்டு பேர் அவரின் தோளைப்பிடித்துத் தூக்கினார்கள். கையில் இரண்டு பன்னையும் ஒரு பாட்டில் தண்ணீரையும் கொடுத்தனர். "இந்த வழியாப் போகாதே போலிஸ் நிக்கும் இப்படி போ" என்று ஒருகுரல் பேசியது. அவர்கள் இரண்டு சக்கர வாகனத்தில் வேகம்கூட்டி போனார்கள். பசியால் ஏற்பட்ட மங்கலான பார்வையால் அவர்கள் முகம் தெரியவில்லை. கானல்நீரில் எழும் நெளிந்த உருவங்கள் மட்டுமே தெரிந்தது.

தூரத்தில் நாய் "வாவ்..வாவ்..." என்றது. அதனின் குரைப்பிலும் போதிய சக்தி இல்லை. நடுங்கும் கையிலிருந்து பன் ஒன்றை எடுத்து நாயின் மீது வீசினார். அது கொடூரப் பசியால் இரண்டு கால்களுக்கு நடுவே பன்னை வைத்துக் கடித்து இழுத்தது. ஜானகிராமன் பாட்டிலைத் திறந்து தண்ணீர் குடித்துவிட்டு அவருடைய தட்டைக் கீழே வைத்து தண்ணீர் ஊற்றினார். வெயில் முன்பைக்காட்டிலும் கொஞ்சம் தணிந்திருந்தது. இப்போது பறவைகளின் "கீச்" சத்தம் அவருக்கு ஓரளவு கேட்டது.

❑❑❑

கிருமி நாசினிகள்

பர்கத்தினால் தாங்கவே முடியவில்லை. மதியம் செய்த பெருநாள் பிரியாணியை ஐந்து மணியாகியும் ஒருவாய்கூட எடுத்து வைக்க விருப்பம் இல்லை. பலமுறை அவனுடைய அம்மா சாப்பிட அழைத்த போதும் "வயிறு சரியில்லை ராத்திரி சாப்பிடுகிறேன்" என்று தவிர்த்துவிட்டான். இப்படியொரு அவமானத்தை தன் வாழ்நாளில் சந்திப்போம் என்று கனவில்கூட நினைக்கவில்லை, அதுவும் குமாரால். இத்தனைக்கும் ஒன்னாம் வகுப்பு முதல் கூடவே படித்தவன். அவனது வீட்டின் குடும்ப அட்டையில் பர்கத்தின் பெயர் மட்டும்தான் இல்லை. அந்தளவிற்கு நட்பின் உயிர்நாடியாய் இருந்தவர்கள்.

குமாரின் வீட்டில் எந்த விசேஷமானலும் பர்கத்தின் இருப்பு இல்லாமல் போனதில்லை. குமாரின் அக்கா உமா திருமணத்திற்கு தன்னுடைய அக்காவின் கல்யாணம் போல ஓடிக்கொண்டே இருந்தான். மாப்பிள்ளை வீட்டாரும் "தங்கமான புள்ளயா இருக்கானே, குமாருக்கு நல்ல தோஸ்த்" என்று சொல்லும்படி ஓடிக்கொண்டிருந்தான். திருமணத்துக்கு முன்பு ஒருவாரம் ஏராளமான வேலை இருக்கிறது என்று வீட்டுக்கே வராமல் அவனது வீட்டிலேயே கிடந்தான். குமாருக்கு புதுத்துணி எடுத்த அவனது அப்பா பர்கத்துக்கும் சேர்ந்தே எடுத்தார். குமாரும் பர்கத் வீட்டில் ஒரு பிள்ளையாகத்தான் இருக்கிறான்.

இருவரும் ஒரே கல்லூரியில் சேர வேண்டுமென்று முடிவு செய்து வீட்டில் சொல்லியபோது, பர்கத்தின் வாபா எதுவும் சொல்லவில்லை. ஆனால் குமாரின் அப்பாவுக்கு அவன் இன்ஜினியராக வேண்டுமென்ற ஆசை இருந்தது. ஒருவாரமாக குமார், முகத்தைத் தூக்கி வைத்துக்கொண்டே இருந்ததினால் வேறு வழியில்லாமல் சம்மதம் தந்தார். இருவரும் ஒரே கல்லூரியில் கெமிஸ்டரி பிரிவில் சேர்ந்தார்கள். கடைசி ஆண்டு, இன்னும் நான்கு மாதத்தில் படிப்பு முடிந்துவிடும்.

ஒருதாய் பிள்ளையாக பழகிய குமாரா இப்படிப் பேசியது? என்று மீண்டும் மீண்டும் பர்கத் அவனுக்குள்ளேயே குமார் சொன்னதை திரும்பத் திரும்ப சொல்லிப் பார்த்துக் கொண்டிருந்தான். அவன் பேசியது பர்கத்துக்கு பெருத்த அவமானமாக இருந்தது. அவனா பேசியது? என்று மறுமுறையும் தன்னைத்தானே கேட்டுக்கொண்டான். பதில் கிடைக்காமல் கேள்வி அவனை சுற்றிச் சுற்றி வந்துகொண்டே இருந்தது. நேரடியாக வீட்டுக்கே போய் கேட்டுவிடலாம் என்று தோன்றினாலும் அவர்கள் வீட்டில் தனக்கு இருக்கும் மரியாதையும் பாசமும் என்ன ஆகுமென்று எந்த முடிவும் எடுக்க முடியாமல் திணறினான். அவனுடைய வாழ்நாளில் இப்படியான சூழலை அவன் சந்தித்ததே இல்லை.

போன ரம்ஜானுக்கு "அந்த புள்ளைக்கும் ஒரு துணி எடுடா" என்று அம்மா பணம் கொடுத்து அனுப்பினாள். அதில் இருவரும் ஒன்றுபோலவே வேட்டி கட்டுவோம் என்று முடிவு செய்து மரக்கலர் சட்டையும், அதே பார்டர் வைத்த வேட்டியும் எடுத்துக் கட்டிக்கொண்டு குமாரின் பைக்கில் ஊருக்குள் 'படம் காட்டித்' திரிந்தார்கள். பல நாட்களாக தர்ஷனாவிடம் காதலைச் சொல்ல அவளின் பார்வைக்கு முயற்சி செய்தும் கண்டுகொள்ளாத அவள் புதிய கெட்டப்பில் குமார் வந்ததைப் பார்த்து வெட்கப்பட்டுப் போனாள். "மச்சான் உன்னாலதான் என் ஆளு பார்த்துச்சு" என்று வேட்டியை எடுத்துக்கொடுத்தற்காக பர்கத் மீது தாவித் தாவிக் குதித்தான். இருவருக்குள்ளும் எந்த ரகசியமும் எப்போதும் இருந்ததில்லை.

கல்லூரி மாணவர் தேர்தலில் செயலாளர் பதவிக்கு பர்கத் போட்டிபோடும்போது குமாரின் உறவுக்காரப் பையனும் அதே பதவிக்கு போட்டியிட்டான். எப்படியாவது பர்க்கத்தை

போட்டியிலிருந்து விலகச்சொல்லி பலரையும் தூதனுப்பி குமாரிடம் பேசியபோதும் 'விலக்க முடியாது' என்று குமார் கறாராக மறுத்துவிட்டான். கடைசியில் "சொந்தக்காரனுக்கு சப்போர்ட் பண்ணாமா எதுக்குடா ஒரு துலுக்கனுக்கு சப்போர்ட் பண்ணுற" என்று சொல்லியபோது அவனை கல்லூரியில் விரட்டி விரட்டி அடித்தது, குமாரின் சொந்தத்துக்குள் பெரும் சண்டையாக முடிந்தது. கடைசிவரை குமார் செய்தது சரிதான் என்று அவனது அப்பா அவன்பக்கம் நின்றதை பர்கத் அவனுக்கான அங்கீகாரமாகப் பார்த்தான்.

பர்கத்தின் நினைவுக்குத் தெரிந்தவரை குமார் வீட்டில் பர்க்கத்தையும் பர்கத் வீட்டில் குமாரையும் வேறு சமூகத்தைச் சேர்ந்தவன் என்ற மனநிலையுடன் இருகுடும்பமும் ஒருபோதும் கண்டதில்லை. குமார் வீட்டுக்கு எதிரில் குடியிருக்கும் ராகவன் "என்னதான் சின்ன வயசுல இருந்து பசங்க ப்ரண்ட்ஸா இருந்தாலும் தெருவோட வச்சுக்கணும் சார், ஆயிரம் இருந்தாளும் வேற வேறதானே" என்று பர்கத் வருவதைப் பற்றி மறைமுகமாக அப்பாவிடம் சொன்னபோது "அதுல உங்களுக்கு என்ன சார் பிரச்சனை, மனுசனுக்குள்ள எப்படித்தான் உங்களால பேதம் பார்க்க முடியுது, உருப்படியா எதாவது பேசுங்க சார்" என்று முகத்தில் அறைந்தது போல குமாரின் அப்பா சொன்னது ராகவனுக்கு அவமானமாகப் போய்விட்டது. அதுமுதல் இவரைக் கண்டால் அவரின் தலை வேறு எங்காவது திரும்பிவிடும். 'பேதத்தை' முன்னிறுத்தி அதற்கு ஆதரவாய் பல உதாரணங்களைக் காட்டி பேசுவது ராகவனுக்கு புதிதல்ல, அவரொரு கட்சியில் இருப்பதால் அந்தக் கொள்கையைத் திணிக்கும் வகையில் பலமுறை இப்படிப் பேசியுள்ளார். நேரடியாக எப்போதாவது பேசும்போது அப்போது மூக்கை உடைக்க வேண்டுமென்று காத்திருந்த குமாரின் அப்பாவுக்கு அன்று சந்தர்ப்பம் வாய்த்தது.

ராகவனுக்கு அவரின் சாதி மீது எப்போதும் ஒரு பெரும் கர்வம் இருக்கும். அவரது சாதியைத் தவிர மற்ற அனைவரும் முட்டாள்கள் என்றும், தங்களது அறிவுக்குக் கீழானவர்கள் என்ற மிதப்பு இருப்பதையும் குமாரின் அப்பா எப்போதும் கவனித்தே வந்தார். அந்தக் கோபத்தில்தான் அவருக்கு உறைக்கும்படி கொட்டு வைத்தார். இதை அவரே பர்க்கத்தினுடைய

வாபாவின் துணிக்கடையில் நேரில் பார்க்கும்போது சொன்னார். இருவருக்கும் எப்போதும் பரஸ்பர மரியாதை இருக்கும்.

எப்போதும்போல இந்தப் பெருநாள் அமையவில்லை. ஊரே அடங்கிக் கிடக்கிறது. யாராவது தும்மினால் துள்ளிக் குதித்து பத்தடி பதறி விழுமளவு தும்மலும் இருமலும் அபாயமான நோயாகிவிட்டது. தினசரி செய்திதாளில் 'நுண் கிருமி' குறித்து வரும் தகவல்கள் பெரும் அச்சமாகவே இருந்தது. கண்ணுக்கே புலப்படாத கிருமி உலகம் முழுக்க மனிதர்களைக் கொத்து கொத்தாகக் கொலை செய்வதாக வரும் செய்திகள் ஊரில் எல்லோருக்கும் பீதியைக் கிளப்பியது. ஊரடங்கு எல்லோருக்கும் நெருக்கடியைக் கொடுத்தது. உலகம் முழுக்க ஒரு நோயாய் பார்க்க இங்கே மட்டும் 'இஸ்லாமியர்கள் திட்டமிட்டு நோயைப் பரப்பினார்கள்' என்று திரும்பத் திரும்ப அழுத்தமாகச் சொன்னதிலிருந்தே மொஹல்லாவில் நெருக்கடி அதிகமானது.

பர்கத்தின் வாபா கடையை வெகுநாட்களுக்கு முன்பே அடைத்து இருந்தார். அந்தக் கடையில் இருந்துதான் இந்தப் பகுதியில் நுண்கிருமி பரவியது என்று ராகவன் கட்சிக்காரர்கள் வேண்டுமென்றே கிளப்பிவிட்டார்கள். அவர்கள் கிளப்பிவிட்ட வதந்தி இரண்டு நாளில் டீக்கடை முதல் தண்ணீர் குழாய் வரை காட்டுத்தீ போல வேகமாகப் பரவியது. அவரின் துணிக்கடையின் பெயர் பலகையை யாரோ இரவில் உடைத்தார்கள். அதுமுதல் மொஹல்லாவில் கெடுபிடி அதிகமானது. பகுதிக்குள் நுழையும் எல்லா வழித்தடமும் அடைக்கப்பட்டது.

மொஹல்லா வாசிகள் யாராவது அவசரத்துக்கு காவல்துறை அனுமதி வாங்கி வெளியே வந்தால் அவர்களைப் பார்த்து பல அடி தள்ளி நின்றார்கள். குல்லாவும் பர்தாவும் அபாயத்தின் குறியீடானது. "கொஞ்சம் அடங்கி ஒடுங்கி ஓர் இடத்துல இவங்களுக்கு உட்கார முடியாது, அப்படியே மேஞ்சு ஊருக்கே பரப்பி விடனும், 'ச்சை' இவுங்க புத்தியே இப்படித்தான்" என்று காதுபடவே பேசுவதால் மொஹல்லா வாசிகள் யாருமே வெளிய போக விரும்பவில்லை.

எல்லா இடத்திலும் ஊரடங்கு இருந்தாலும் மற்றவர்கள் அவசரத்துக்கு வெளியே வருவதுபோல மொஹல்லா வாசிகளால் வர முடியவில்லை. அதற்கு மேலும்மேலும் தூபம் போடும்

வேலையை அரசு அதிகாரிகளே தொலைக்காட்சியில் தோன்றி உருவகப்படுத்தினர். அதுவும் நேர்த்தியான உடையில் அளவான முகப்பூச்சு போட்டுவந்து பேட்டி கொடுக்கும் அந்த 'பெண் அதிகாரியை'ப் பார்த்தால் மொஹல்லா வாசிகளுக்கு கணம்தோறும் அச்சம் பீடித்தது. ஆனால் மற்றவர்களுக்கு அவர்தான் நுண் கிருமியை ஒழிக்கவந்த 'சக்தி' என்ற நம்பிக்கை இருந்தது. அவர் எப்போது தொலைக்காட்சியில் தோன்றினாலும் 'சிங்கள் சோர்ஸ்' என்ற வார்த்தையை மட்டும் குறிப்பிடத் தவறியதில்லை. அந்த வார்த்தையில் மொஹல்லா வாசிகளை மட்டும் தனித்துக் காண்பித்தார். இது அவர்களுக்கு அவமானமாக இருந்தது. மற்றவர்களைப் பற்றி குறிப்பிடும்போது 'யார் மனதையும் புண்படுத்தாதவாறு' அடக்கி வாசித்தார்.

பெருநாளுக்கு கொஞ்சம் தளர்வு கொடுக்கப்பட்டது. 'தொற்று ஏற்பட நாம் காரணமாகக் கூடாது' என்று மொஹல்லா வாசிகள் வீட்டிலேயே தொழுதார்கள். அப்போதும் சிலர் சொர்க்கத்தில் இரண்டு சென்ட் நிலத்தை வாங்கியே ஆகவேண்டுமென்று கொழுப்பெடுத்து சில மொட்டை மாடிகளில் கூட்டம் சேர்த்து தொழுதார்கள்.

வெகு நாட்களுக்குப் பிறகு கிடைத்த தளர்வில்தான் மொஹல்லா வாசிகள் வெளியே எட்டிப்பார்த்தார்கள். இப்போது மொஹல்லா வாசிகளில் பெரும்பாலானோர் தலைகளில் குல்லா இல்லாமல் அடையாளமற்று வெளியே வந்தார்கள். யாரும் அப்படி வரச் சொல்லவில்லை. அவர்களாகவே குல்லாக்களைத் துறந்தார்கள். ஓர் உளவியல் நெருக்கடிக்கு அவர்கள் உள்ளாகியிருந்தனர். ராகவன் கட்சிகாரர்கள் எதை எதிர்பார்த்து களமாடினார்களோ அது சிறப்பாகவே நடந்தது. "சொரணையுள்ள இந்துக்கள் யாரும் துலுக்கன் கடைகளில் பொருட்கள் வாங்க மாட்டர்கள்" என்று சுவரொட்டிகளை ஒட்டினார்கள், பல இணைய தளங்களில் ஒரு பதிவுக்கு இரண்டு ரூபாய் என்ற ஒப்பந்தத்தில் மிக ஜோராக வெறுப்பு பிரச்சாரம் செய்தார்கள். தளர்வினால் காவல்துறை பாதுகாப்பில் இடைவெளியோடு கறிக்கடைகளில் மக்களை அனுமதித்துக்கொண்டிருந்தார்கள். மொஹல்லா வாசிகள் தொட்ட பொருட்களைத் தொட எல்லோரும் பயந்தனர். அவர்கள் நிற்கும் கடைகளில் பொருள்கள் வாங்க மக்கள் தயங்கினர். அவர்கள் அங்கிருந்து போனபின்பே மற்றவர்கள்

கடைக்கு வந்தார்கள். உளவியல் ரீதியாக மக்கள் ஒரேபோல அவர்களுக்கே தெரியாமல் கட்டமைக்கப்பட்டிருந்தார்கள்

கடந்த பெருநாள் வரையிலும் குதூகலமாக இருந்த பர்கத்தின் வீடு இந்த பெருநாளில் உற்சாகமில்லாமல் காணப்பட்டது. துணிக்கடையைத் திறந்து இரண்டு மாதங்கள் ஆனதால் எல்லோரையும் போல பர்கத் வீட்டிலும் பொருளாதார நெருக்கடி இருந்தது. பெருநாளுக்கு பர்கத் வீட்டிலிருந்து குறைந்தது இருபது வீட்டுக்காவது பிரியாணி செல்லும். இந்தமுறை பண நெருக்கடியில் பர்கத்தின் வாபா "வீட்டளவுக்கு செஞ்சா போதும்" என்று சொல்லும்போது அவரின் குரல் உடைந்துவிட்டிருந்தது. கடையில் வேலை செய்யும் மூன்று பேரின் வீட்டுக்காவது கொடுக்கலாம் என்று நினைத்தவர், இப்போது நாம கொடுத்தா வாங்குவாங்களா என்று தயங்கினார். அதனால் "மாஷா அல்லா அடுத்தவாட்டி சேந்து செஞ்சிடலாம்" என்று அமைதியாக இருந்துவிட்டார்.

வாபாவின் முடிவு பர்கத்துக்கு மட்டுமே ஏமாற்றமாக இருந்தது. எப்போதும் பல நண்பர்களை அழைத்துவந்து பிரியாணி கொடுக்கும் வாடிக்கை இருந்தாலும், இந்தப் பெருநாளுக்கு நண்பர்களைச் சூழல் கருதி தவிர்த்திருந்தாலும், பல ஆண்டுகளாக குமாரின் வீட்டுக்கு பார்சல் கொடுப்பதால் பெருநாள் என்றால் எப்படியும் நம் வீட்டிலிருந்து 'பிரியாணி' வந்து விடுமென்று நினைத்திருக்கும் குமாரின் அப்பாவின் முகத்தில் இனி எப்படி விழிக்க முடியும் என்று தடுமாறினான். குமாரிடம்கூட சொல்லிவிடலாம், அப்பாவிடம் எப்படி சொல்வது என்று புரியாமல் தவித்தான்.

பர்கத்தின் முகமே வாபாவுக்கு எண்ணத்தைப் பரிமாறியது. எதுவும் சொல்லாமல் போய்விட்டார். எப்போதும் நோண்டிக்கொண்டு இருக்கும் அவனது செல்போனை அணைத்து வைத்தான். ஒருவேளை குமார் அழைத்தால் எப்படி சமாளிப்பது என்ற தயக்கம். ஊரடங்கு என்பதால் எப்படியும் அவன் வெளியே வர வாய்ப்பு இல்லை என்று இவனும் அமைதியாக இருந்துவிட்டான்.

மதிய வெயிலின் வெப்பக் காற்றில் பிரியாணி வாசனை கலந்து மெல்லமாக அவனிடம் நுழைந்தது. பிரியாணி தேக்சாவை அவன் அம்மாவும் வாபாவும் அடுப்பிலிருந்து இறக்கிக்

கொண்டிருந்தனர். கடந்தாண்டு உடன் படிக்கும் பலரையும் அழைத்து வந்து பிரியாணி போட்ட நியாபகம் வந்தது. பர்கத்தும் குமாரும் சேர்ந்துதான் குமாரின் வீட்டுக்கு பிரியாணி கொடுத்து வந்தார்கள். அன்று எதிர் வீட்டிலிருந்த சபீனா, அவளுடன் படிக்கும் தோழிகளை அழைத்து வந்ததினால் இவனது நண்பர்கள் எல்லாம் கிளம்ப மாலையானது. எல்லோர் முகத்திலும் அசடு வழிந்து, வீடே மகிழ்ச்சியில் நிறைந்திருந்தது. அம்மா கூப்பிடும்போதுதான் அந்நினைவிலிருந்து கலைந்தான்.

“டே! குமார் வீட்டுக்கு போகதே, இந்த நெலமைல அது நல்லா இருக்காது. அண்ணா சிலை பக்கம் அவன வரச்சொல்லி கொடுத்துட்டு வந்தறையா” என்று அவள் சொல்லும்போதுதான் அவன் முகத்தில் சிரிப்பே வந்தது.

சட்டென எழுந்து தயாரானான். பெரிய ஹாட் பாக்ஸில் அம்மா பிரியாணியைப் போட்டுக்கொண்டிருந்தாள். இரண்டு மாதமாக மொஹல்லா அடைக்கப்பட்டதால் குமாரைப் பார்க்க முடியவில்லை. போனில் மட்டுமே பேசினான். அவனது ‘வகுப்பு அரட்டை’ வாட்சப் குரூப்பில் எல்லா உரையாடல்களும் கடந்தாண்டு சாப்பிட்ட பிரியாணியைச் சுற்றியே நடந்தன. அனைத்து வைத்திருந்த அவனது ஃபோனை எடுத்து குமாருக்கு அழைத்தான்.

‘டே மச்சா எங்க இருக்க.”

“என்னடா காலையிலிருந்து ஃபோன காணோம்.”

“சார்ச் இல்லாம சுட்ச்ஆப் ஆகிடுச்சு. சரி எங்க இருக்கே.”

“வீட்லதான்.”

“அண்ணா சிலை பக்கம் கொஞ்சம் வா.”

“எதுக்குடா.”

“நான் அங்க வந்து பிரியாணி தந்துட்டு போறேன். வீட்டுக்கு வரல” என்றான். எதிர்முனையில் எந்தப் பேச்சும் வரவில்லை. இவன் “ஹலோ ஹலோ” என்றான். பீப் சத்தம் மட்டும் வந்தது. மீண்டும் அழைத்தான் எதிர் முனையில் போனை எடுத்த குமார்

குரலில் ஒரு தயக்கத்துடன் "பரவா இல்ல மச்சான் எதுவும் இந்தவாட்டி வேண்டாம்" என்றான்.

"ஏன் என்னாச்சு."

"வேண்டாண்டா சொன்ன கேளு..." என்று அவன் சொல்லும்போது உமா அக்காவின் கணவர் குரல் மெல்லமாய் இவனுக்குக் கேட்டது. குமாரின் மச்சானுக்கு துவக்கத்திலிருந்தே பர்கத்தைப் பிடிப்பதில்லை. அவன் என்ன பேசினாலும் ஒரு வார்த்தையில் பதில் சொல்லிவிட்டு எழுந்துபோய் விடுவார். பலமுறை இந்த அனுபவம் பர்கத்துக்கு உண்டு. தன்னை அவமானப்படுத்துகிறார் என்று உரைக்க இவனுக்குப் பல நாள் ஆனது, ஆனால் ஒருமுறைகூட அவன் யாரிடமும் சொன்னதில்லை. உமா அக்கா அப்படியல்ல, இவனிடத்தில் சொந்தத் தம்பியைப் போல நெருக்கமாய் இருப்பாள். குமாரின் மச்சான் இருக்கும்போது அங்கே போவதை பர்கத் தவிர்த்தான். அவர் எதிர்வீட்டு ராகவனிடம் நெருக்கமாகப் பேசுவதுபோல ஒருமுறையும் அப்பாவிடம் பேசியதை இவன் பார்த்ததில்லை. அப்பா இருக்கும்போது ராகவன் பெரும்பாலும் மச்சானோடு பேசுவது இல்லை. இவை எல்லாம் பர்கத்துக்கு நன்றாகவே தெரியும். ஒருவேளை தன்னிடம் பிரியாணி வாங்க வேண்டாம் என்று அவர் சொல்லித்தான் குமார் தவிர்க்கிறானோ? என்ற சந்தேகம் அவனுக்கு வந்தது.

"அதற்காக இவனா இப்படிப் பேசியது, எல்லோரும் தொற்று காலத்தில் நம்மை வேறு ஆளாகப் பார்ப்பதைப்போல இவனும் பார்க்கிறானா?" என்று கடுமையான மனச்சோர்வு பர்கத்தை வாட்டியது. அந்த மனஉளைச்சல் அவனுக்கு அழுகையைத் தூண்டியது. அதையே நினைத்துக்கொண்டு இருந்தால் வாய்விட்டு அழுது விடுவோமோ என்று அடக்கிக்கொண்டு அமர்ந்திருந்தான். யாரிடமும் பேசாமல் போனை அனைத்து வைத்தான். "அவர்கள் எல்லோரும் உமா அக்கா வீட்டுக்கு சென்றதினால் யாரும் வீட்டில் இல்லை" என்று அம்மாவிடம் சொல்லிவிட்டான். குமாரின் வீட்டுப்பங்கு மூலையில் அப்படியே இருந்தது.

மேற்கில் சூரியன் சாய்ந்துகொண்டிருந்தது. தூங்கி எழுந்து வெளியே டீ சாப்பிட சென்ற வாபா வீட்டுக்குள் வேகமாக "எங்க அவன்" என்று கேட்டுக்கொண்டே வேகமாக வந்தார்.

"ஏண்டா குமார் வீட்டுக்கு சோறு கொடுக்கலையா."

"இல்ல வாபா எல்லோரும் உமா அக்கா வீட்டுக்கு போயிருக்காங்க."

"வெங்காயத்துல போனாங்க" அவர் சொல்லும்போது அவர் முகத்தில் அவ்வளவு கோபம் இருந்தது. மனைவியைப் பார்த்து "அவுங்களுக்கு போட்டு வச்ச சோறு எங்க" என்று கேட்டார். ஹாட் பாக்ஸில் போட்டு வைத்த பிரியாணி அதே சூட்டோடு ஓரத்தில் இருந்தது. அதை எடுத்து பர்கத் கையில் கொடுத்து "குமாரும் அவன் அப்பாவும் ரோட்ல கார்ல நிக்கிறாங்க நான் உள்ள வர வேண்டாமுன்னு சொல்லிட்டேன். அங்க புள்ளத்தாச்சி பொண்ணு நீ பிரியாணி கொண்டு வருவேன்னு சாப்பிடாம உட்காந்திருக்கா, உமா புருஷன் வேற எதோ சண்டை போட்டு போயிருக்கான், எதுக்குன்னு வேற தெரியல, போடா சீக்கிரம் போய்க் கொடு, அறிவு கெட்டவனே" என்று சொல்லும்போது அவர் முகம் கோபத்தின் உச்சத்திலிருந்தது. பர்கத் முகம் மலர்ந்திருந்தது.

பையோடு தெருவுக்கு வந்தவனைப் பார்த்து, சாலையில் சிரித்த முகத்தோடு குமாரும் அப்பாவும் இவனை நோக்கி கையசைத்தனர். அவர்களை நோக்கிப் போனான், அவர்கள் இவனை நோக்கி வந்தார்கள். இவன் தலைக்குப் பின்னால் மேற்கில் ஆரஞ்சுநிற சூரியன் கொஞ்சம் கொஞ்சமாக மறைந்துகொண்டிருந்தது. பிறைநிலா இருளை விலக்கி வெண்மையைப் பரப்பத் தொடங்கியிருந்தது.

□□□

சாம்பல் பறவைகள்

மூன்று மாதங்களுக்குப் பிறகு இன்றுதான் நிம்மதியாகத் தூங்குகிறேன். இந்த நாவலை முடிப்பதற்குள் போதும் போதுமென்றாகிவிட்டது. கடந்த இரண்டு வருடங்களாகச் சேகரித்த தகவலை குறுக்கும் நெடுக்குமாகச் சரிப்பார்த்து ஒரே மூச்சில் மூன்று மாதத்தில் 'சாம்பல் பறவை' எழுதியாகிவிட்டது. எழுத்துப்பிழை திருத்திய புத்தகம் மேஜையில் முழுத்தோரணையுடன் கிடத்தப்பட்டிருந்தது.

'அப்பாடா...' என்ற நீண்ட பெருமூச்சு வந்தது.

மேஜையில் வைக்கப்பட்டிருந்த புத்தகத்தை காலை நேரமாக எழுந்து மீண்டும் ஒருமுறை பார்த்துவிட்டால் போதும், நேராக அச்சுக்கு அனுப்பிவிடலாம். பதிப்பகத்தார் "நாவலை எப்போது தருவீர்கள் சார், ஆவலோடு இருக்கிறேன்" என்று விடாமல் ஆறு மாதமாகக் கேட்டு நச்சரித்து விட்டார். நான் எழுதிய ஐந்து நாவலையும் அவர்தான் வெளியிட்டார். அந்த ஆர்வம் ஆறாம் நாவலுக்கும் பற்றிக்கொண்டது.

"எழுத்தாளர் ஆனந்த்ஸ்வரன் படைப்புகள் அனைத்தும் இங்கே கிடைக்கும்" என்று சொல்லிக் கொள்வதில் பதிப்பாசிரியருக்கு அப்படி என்னதான் மகிழ்ச்சியோ! என்னைப்போல் ஒரு பெரிய எழுத்தாளனை கொத்திப்போக பல பதிப்பகங்கள் வரிசையில் நின்றாலும் நான் என் மனம் சொல்வதைத்தான் கேட்பேன். ஒரு படைப்பாளன் சுயவிளம்பரங்களைத் தேடுவதில் எனக்கு

எந்த விருப்பமும் இல்லை. எழுத்து தானாகவே விளம்பரத்தைக் கொண்டுவந்து சேர்க்கும் என்பதற்கு நானே சாட்சி. இதுவரை எனக்குக் கொடுத்த பதினாறு விருதுகளைப் பற்றி எப்போதும் வாய்திறந்து சொன்னதில்லை. விருதுகள் பேசக்கூடாது படைப்புகள்தான் பேச வேண்டும். என் படைப்புகள் எல்லா இடங்களிலும் கொண்டாடப்படுவதற்கு காரணமே என் படைப்பில் உள்ள எழுத்தின் உச்சமும் படைப்பில் உள்ள பாத்திரங்களின் உயிர் வடிவமும்தான்.

இப்போது எழுதி முடித்த நாவலை வாசித்த பதிப்பாளர் "ஆஹா ஓஹோ" என்கிறார். இந்தாண்டு எனக்குத்தான் சாகித்திய அகாடமி விருது என்கிறார். இந்த நாவலை முடித்தபோதே எனக்கு மனதில் அப்படி லேசாகப்பட்டது. அப்படி ஒரு விருது வந்தால் அது எனக்கானது அல்ல. சாம்பல் பறவையில் வாழ்ந்த பாத்திரங்களுக்குத்தான் அது உரியது. துயர் நிறைந்த பாத்திரங்களின் வாழ்வியலைப் பேசிய ஒரு பிரதிநிதியாகத்தான் அதை வாங்கிக் கொள்வேன். அந்த விருதை எப்போதும் என்னுடையது என்று சொல்லிக் கொள்ளமாட்டேன். அது எனது எழுத்துக்கு அகடாமி செய்துகொள்ளும் மரியாதை.

'நடுநிலையாக நின்று சமூகத்தை அதில் இருக்கும் குறைகளைத் தத்துவ விசாரணை செய்து, அதனை எப்படி சரிசெய்வது என்று என் நாற்பதாண்டுகால இலக்கியப் பரிச்சயம் மூலமாகவும், நான் வாசித்த பல்வேறு புத்தகங்களின் வழியாகவும் எல்லோரும் ஏற்கும் ஒரு நல்ல நாவலை எழுதிய திருப்தி மட்டுமே என் நெஞ்சில் உள்ளது. தமிழ் இலக்கிய உலகத்தில் இந்த நாவலை எப்போதும் யாரும் தவிர்க்க முடியாத இடத்தில் நிறுத்திவைத்துள்ளேன். அந்த நிறைவில் இதற்குப்பிறகு எழுதாமல் இருந்தாலும் ஒன்றும் குடிமுழுகிப் போகாது.' இதைத்தான் என் நாவல் வெளியீட்டு விழாவிலும் சொல்ல நினைக்கிறேன்.

கடிகாரத்தில் நேரம் இரண்டைக் காட்டியது. புத்தகம் மேஜை மீது வைக்கப்பட்டிருந்தது. ஜன்னலின் வழியே காற்று நாவலை ஒவ்வொரு பக்கமாகத் திருப்பி வாசித்துக்கொண்டிருந்தது. ஆனந்த்ஸ்வரன் தூக்கத்தில் உதடு மட்டும் விரிந்து சிறுபுன்னகை விரிக்கிறான். அநேகமாக அவனது கனவில் 'சாம்பல் பறவையின் புத்தக வெளியீட்டு விழா நிகழ்வாக

இருக்கலாம்'. புத்தகத்தின் அனைத்துப் பக்கங்களையும் காற்று வாசித்துவிட்டிருந்தது.

"டேய் அறிவுகெட்டவனே எழுந்து தொல." அவனிடத்தில் எந்த அசைவும் இல்லை. அவனின் உதடு இன்னும் கோணி சிரித்தது. அவனின் மீசை இல்லாத முகத்தில் உதடு மட்டும் சிரிப்பது தனியாகத் தெரிந்தது. அவனை அழைத்தது கேட்கவில்லை.

"அடேய் உன்னதாண்டா அறிவுகெட்டவனே எழுந்து தொல" என்று சத்தமாகப் பேசிய குரலைக் கேட்டு அதிர்ந்து எழுந்தான். இருட்டில் எந்த உருவமும் இல்லை. அவனது கண்களை நன்றாகத் தேய்த்து பக்கத்தில் வைத்திருந்த கண்ணாடியைப் போட்டுக்கொண்டு சுற்றும் பார்த்தான். எந்த உருவ அசைவும் இல்லை. படுக்கையில் இருந்தவாறே கைக்கு எட்டும் விளக்கைப் போட்டான். அவனைத் தவிர அறையில் யாருமில்லை. அவனது முகத்தில் வியர்வை முத்துக்கள் துளிர்த்தன.

மேஜை மீதிருந்த புத்தகம் ஜன்னல் வழியே வந்த அடர்ந்த காற்றில் அசைந்து விழுந்தது. தனது லுங்கியைச் சரி செய்துகொண்டு அதனை எடுத்து மேஜையில் வைத்தான். ஏதோ கெட்ட கனவு என்று நினைத்தவனுக்கு "இல்லையே, நல்ல கனவாகத்தானே வந்தது" என்றிருந்தது.

மேஜையில் வைத்திருந்த தண்ணீரை எடுத்துக் குடித்தான். 'நல்லா குடி' திடீரென எங்கோயிருந்து வந்த குரலால் புரையேறி தண்ணீர் மூக்கில் வந்து "ஹஜ்.. ஹஜ்.." என்று பத்து தடவை தும்பினான். சுற்றிப் பார்த்தால் யாருமில்லை.

"உன்னத்தான் எங்க பறாக்கு பாக்குறே" என்றது புத்தகம். வீட்டுக்குள் பேய் புகுந்துவிட்டதாகப் பதறி கதவைத் திறந்தான். அது ஒத்துழைக்கவில்லை. "அட ச்சீ ஓடாத நில்லு", தான் எழுதிய சாம்பல் பறவை நாவல் பேசுவதை அவன் எதிர்பார்க்கவில்லை. உண்மையாகவே அதுதான் பேசுகிறதா? இல்லை தான் அரைத்தூக்கத்தில் உளறிக்கொண்டு இருக்கிறேனா? என்ற சந்தேகம் அவனுக்கு வந்தது. தொடர்ந்து அது பேசியதை உறுதி செய்தபின்பு தெளிவுக்கு வந்தவாறு "என்ன திடீர்னு பேசுறே"... நடுங்கும் குரலில் கேட்டான்.

“என் தலையெழுத்து எவ்வளவு நாளைக்குதான் நீ எழுதுனத தூக்கிட்டே திரியறது. இன்னைக்கு ஒரு முடிவு பண்ணியாகணும், ஒண்ணு நீ எழுதறத நிறுத்தி தொல, முடியலைனா நா நிம்மதியா வாழ நீ செத்து போ.” தான் எழுதிய புத்தகம் பேசுகிறது என்ற அதிர்ச்சியிலிருந்தே மீளாத நிலையில் அது பேசிய வார்த்தை அவனுக்கு படுமோசமாக இருந்தது.

“நான் ஒரு எழுத்து பிரம்மன், என்னிலிருந்துதான் நீ பிறக்கிறாய், பல ஆயிரம் ரசிகர்கள் என் எழுத்துக்கு விசிறிகளாக இருக்கிறார்கள், இந்த சமூகத்தை என்னைப்போல எந்த எழுத்தாளனும் சரியாக உள்வாங்கவில்லை என்று சொல்லாத ஆளே இல்லை, என்னைப்பார்த்து எழுதுவதை நிறுத்திக் கொள்ளச் சொல்கிறாய்.. என்ன ஆணவம் உனக்கு...”

“நீ இயல்பாகவே பேச மாட்டியா, ஏதோ கூட்டத்துல பேசற மாதிரியே ஏத்தி இறக்கி பேசுறே, மொதெல்ல இயல்பா பேசு.” தான் எழுதிய ஒரு புத்தகம் தன்னை மிகக் கேவலமாகக் கையாள்வதை நினைக்கும்போது அவரது நாடி நரம்புகள் துடித்தன.

“என் எழுத்தில என்ன அப்படி குறை இருக்கு.”

“இந்தப் புத்தகம் சமர்ப்பணம் பண்ணுற முதல் பக்கத்துலையே ஆரம்பிச்சிடுச்சு.”

“ஓ ஒரு பெரிய தலைவருக்கு சமர்ப்பணம் பண்ணது தப்பா? “மலம் அள்ளுபவர்கள் கடவுளுக்கு நேரடியாக சேவை செய்பவருக்கு சமமானவர்கள் என்ற அற்புதமான சிந்தனையை, தேசத்துக்கு வழங்கிய, அந்த மக்களை உயர்ந்த இடத்தில் வைத்த மாமனிதனுக்குச் சமர்ப்பணம் செய்தது தவறா?... பைத்தியமே.”

“மலம் அள்ளுறது கடவுளுக்கு சேவை செய்யறது தானே, ஏன் அந்த உத்தம வேலைய நீயும் உன் மகனும் செய்து தொலைக்க வேண்டியதுதானே.” இப்படியொரு பதிலை அவன் எதிர்பார்க்கவில்லை.

சற்றே சுதாரித்தவன், தனது அறிவுக் கூடாரத்தில் குடிகொண்டிருந்த ஒரு கொளுந்தைக் கிள்ளிப் போடுவதுபோல,

“என்னைப்போன்று எல்லாவற்றையும் மிக நேர்மையாக யாருக்கும் சார்பில்லாமல் நடுநிலையில் நின்று இந்த அவலங்களை யார் எழுத?” கண்கள் சிவக்க புத்தகத்துக்கு கிடுக்குபிடி கேள்வியை தொடுத்து கோபத்தின் உச்சத்தில் நின்றான்.

“நீ ஒரு மயிரும் புடுங்க வேண்டாம்” என்ற வார்த்தை அவனை பெருத்த அவமானத்திற்குள்ளாக்கியது. “அதென்ன ஒரு சாதிக்காரனுக்குதான் அந்த வேலைய கொடுப்பீங்களா, ஏன் நீங்க வளிச்சா பீ வராதா” என்று அவனின் அறிவை வேறோடு பிடிங்கிப் போட்டது புத்தகம்.

“சிவ..சிவ... என் எழுத்தா இவ்வளவு நாராசமாப் பேசுது” ஆண்டவனை நினைத்து இரு கைகூப்பி வேண்டினான். புத்தகம் பேசிய ‘பீ’ என்ற வார்த்தையை அவனால் தாங்க முடியவில்லை.

“அதென்ன கதையின் நாயகன் அவன் சாதிக்காரியையே விரும்பி இருந்தால் செத்திருக்க மாட்டான், அவன் செய்த தவறே அவன் உயிரை வாங்கியது, அப்படீன்னு எழுதி இருக்கே.”

“அதுதானே நிஜம், அந்த நாயகன் எவ்வளவு நல்லவன். அவன் இப்படியொரு கொலையில் சிக்கக் காரணமே வேறு சாதி பெண்ணைத் திருமணம் செய்ததினாலதானே, இப்படியான பல நல்ல இளைஞர்கள் அநியாயமாகச் செத்து சாம்பல் பறவையாகக் காற்றில் கலக்கக் கூடாது என்ற என் உயர்ந்த உள்ளம் உனக்குப் புரியவில்லையா! என் எழுத்து அனைத்தும் அறம் சார்ந்துதான் இருக்கிறது, அப்படிதான் இதுவரை எழுதுறேன்” அவனின் பதிலில் தன்னை யாரும் எழுத்தில் அசைக்கமுடியாது என்ற கர்வம் இருந்தது.

“உன் உள்ளம் மண்ணாங்கட்டி எல்லாம் நல்லாவே தெரியுது, இந்த ஒத்த வரி போதாதா உன் கொண்டைய மறைக்க முடியலனு.”

“என்ன தப்பு கண்டுபிடுச்ச” சொல்லிக்கொண்டே புத்தகத்தின் கழுத்தைப் பிடிப்பதைப்போல தூக்கினான்.

“அதாவது எல்லோரும் அந்தந்த சாதிக்குள்ளையே கல்யாணம் பண்ணனும், கடைசிவரை சாதி அப்படியே இருக்கணும் அப்படி

மீறுனா கொலை செய்வது சகஜம், அது ஒருவகை சாதி அறம் அப்படித்தானே."

"நான் அந்த அர்த்தத்தில சொல்லல, காலப் போக்குல சாதி அதுவா மறைஞ்சு எல்லோரும் ஒன்னாகணும், அதுவரை ஒரே சாதிக்குள் புழங்குவது எல்லோருக்கும் நல்லது, அப்படின்னு முடிக்கிறேன்."

"அந்தக் காலம் எப்போ வரும்."

"எல்லோருக்கும் கல்வி கிடைச்சு படிச்சு அறிவு வந்துச்சுனா தானா சரியாகிடும்."

"இப்போ சாதிக் கட்சி வச்சு கலவரம் பண்ணுறவங்க எல்லாம் யாரு கண்ணு?" அது கண்ணு என்று சொல்வது தன்னைக் கிண்டல் செய்கிறதா இல்லை உண்மையாகவே அந்த புத்தகத்தின் பிரம்மா என்பதால் கொடுக்கும் மரியாதையா என்று அவனுக்குக் குழப்பமாக இருந்தது. ஆனாலும் அதுகேட்ட கேள்வி கொஞ்சம் சிக்கலானது என்று அவனுக்குள் அலாரம் அடித்தது.

"அவுங்க எல்லாம் படுச்சு பெரிய பட்டம் வாங்குனவங்கதான்" கொஞ்சம் பம்மியபடி பேசினான். அவனின் குரலில் முன்பிருந்த கம்பீரம் இல்லை. ஆனாலும் அதனை மடக்கும் நேரத்துக்காகக் காத்திருந்தான்.

"ஏதோ படிச்சவங்க வந்தா கிழிச்சுடுவாங்கனு சொன்னே, அது இதுதானா." பல மேடைகளில் எல்லோரும் வியக்கும் பதிலைச் சொல்லி கைத்தட்டை வாங்கிக் குவித்தவன், ஒரு புத்தகத்திடம் பதில் சொல்ல முடியாமல் திணறினான்.

"அதென்ன கதையில 'இறந்துபோன ரங்கநாதனை சுடுகாட்டுக்கு பொதுவழியிலதான் கொண்டுபோகணும் என்று ரங்கநாதன் சொந்தங்கள் கேட்டபோது, பஞ்சாயத்துத் தலைவர் அவருடைய சமயோஜித புத்தியால் இப்போதைக்கு ரெண்டு பக்கமும் பிரச்சனை வராமயிருக்க கொஞ்சம் சுத்திப் போனாலும் பரவாயில்லை என்று ஒரு மாற்று வழியை செய்துகொடுத்து சுமூகமாக முடித்தார்' அப்படின்னு எழுதி இருக்கே."

“சரிதானே, இரண்டுபக்கமும் பிரச்சனை வரக்கூடாது என்பதுதானே எல்லோரின் விருப்பமும். சரியாத்தானே இருக்கு.”

“என்ன சரி? அப்போ பொது வழியில அவுங்க போகக் கூடாது. சுத்திப் போனாலும் பரவாயில்ல. அது ரெண்டு கிலோமீட்டர் சுத்தி போனாலும் அது சமயோஜிதனமான சுமூகமான முடிவு. ஒரு எழுத்தாளனா அதைச் சரின்னு சொல்லுறீயே வெட்கமா இல்லை.” தன்னை ஒரு புத்தகம் மரியாதை இல்லாமல் “வா.. போ”வென்று பேசுவது எழுத்தின்மீது எரிச்சலைத் தந்தது.

“பிரம்மா... பிரம்மானு பீத்திக்கிறயே ஒருநாளாவது பிரம்மா தலையிலிருந்து கால்வரை ஒவ்வொரு பாகத்துல பிறந்தவங்கதான் சாதி அடுக்குனு கேவலமா இருக்கிறதப் பத்தி ஒரு வார்த்தை எழுதனையா.”

“அது கர்மவினை. அதிலிருந்துதான் மனிதர்கள் பிறக்கிறார்கள்.”

“படிச்சவன்தானே நீ. தலையிலிருந்து மனுசன் பிறக்க முடியுமா? என்னைக்காவது யோசிச்சியா? அந்த கர்மம் பிடிச்ச வினைய ஒழிக்க இதுவரை என்ன எழுதிக் கிழிச்ச?” அவர் எதிர்பார்த்த நேரம் கிடைக்காமல் தேடினார். அதுவே தொடர்ந்தது.

“மாட்டுக்கு கொடுக்கிற மரியாதையைக் கூட மனுசனுக்கு கொடுக்கத் துப்பில்ல, மாட்ட அடிச்சுக் கொல்லுற மாதிரி மனுசங்கள தினமும் கண்ணுமுன்னால சாகடிக்கிறான். அதை எழுத எந்த நேர்மையும் உனக்கு இல்ல, நீ எழுத்துலக பிரம்மாவா?” அவனிடமிருந்து எந்த பதிலும் இல்லை. அவரைவிட அந்த புத்தகத்திலிருந்த எழுத்துகள் தெளிவாகப் பேசியதைக் கவனித்தான்.

“இப்பவே இந்த உருப்படாத புத்தகத்தை கொளுத்திப் போடு; இல்லாட்டி உனக்குள்ள இருக்கிற உன்னோட பித்தலாட்ட எழுத்தை மேடை மேடையா ஏறி நின்னு மானத்த வாங்கிடுவேன். மரியாதை கெட்டுப் போயிடும் பார்த்துக்கோ” புத்தகத்திலிருந்து வந்த வெக்கை அவனை ‘சுளீரென’ சுட்டதில் கையில் வைத்திருந்த புத்தகத்தைக் கீழே போட்டான்.

“ம்ம்... சீக்கிரம்...” அதன் அதட்டலில் அவனின் கைகள் நடுங்கின. மேஜையில் வைத்திருந்த தீப்பெட்டியை எடுத்துக் கொளுத்துவதற்கு முன்பு கஷ்டப்பட்டு இரண்டாண்டுகள்

தகவல்களைச் சேகரித்து, மூன்று மாதம் எழுதிய புத்தகத்தை எரிக்க மனம் தயங்கியது. "நான் வேணும்னா பிழை திருத்தட்டுமா" புத்தகத்திடம் இறைஞ்சினான்.

"நீ ஒண்ணும் புடுங்க வேண்டாம். இதுவரை எந்த சோறையும் ஒழுக்கமா வடிக்கல, வடிச்சதெல்லாம் உதவாத புழு புடுச்ச புழுத்தரிசி சோறைத்தான். உனக்குள்ள இருக்கிற புத்திய சரிபண்ணு, நானே உருப்படியா எழுத வைக்கிறேன். உன் புத்தியில இருக்கிறதுதான் எழுத்தா வரும்" பிடிவாதமாகத் தெளிவோடு தன் நிலைபாட்டைச் சொன்னது. புத்தக அலமாரியில் அடுக்கிவைக்கப்பட்ட அவனின் இதர புத்தகங்கள் அவனைப் பார்த்து வாய்விட்டு சிரித்தன.

வேறு வழியின்றி தீக்குச்சியில் உரசி ஒளிர்ந்த நெருப்பை புத்தகத்தின் மீது வைத்தான். எரிந்து முடிந்த புத்தகத்திலிருந்து எழுத்துகள் சாம்பல் பறவைகளாய் ஜன்னல் வழியாகப் பறந்தன.

❑❑❑

எம்ஜியாருக்கு வயசாகிடுச்சு
(பொன்மனச் செம்மல்)

எப்போதும்போல அன்று ஊர் விடியவில்லை. கோயில் தேர்த் திருவிழாவின் கடைசி நாளான அன்றுதான் எம்ஜியார் வருவதாக இருந்தது. எங்கு பார்த்தாலும் எம்ஜியார் படம் போட்ட வால்போஸ்டர்கள் சுவர்களை ஆக்கிரமித்திருந்தன. எம்ஜியார் இரண்டு கைகளை முகத்தின் ஓரத்தில் வைத்து சிரித்தபடி வணக்கம் வைப்பதும், வெட்கத்தோடு சிரிக்கும் பாட்டியை அணைப்பதும், சட்டை போடாமல் இருந்த சிறுவனை தூக்கிப் பேசுவதைப் போலவுமான விதவிதமான போஸ்டர்கள் எல்லா இடங்களிலும் ஒட்டப்பட்டிருந்தன.

சாமியின் தேர்பவனி முடிந்தவுடன் அவரை மேடையில் ஏற்றினால் சரியாக இருக்குமென்று கோயில் கமிட்டியும் முடிவு செய்திருந்தது. சாமி ஊர்வலம் தடைபடாமல் குறித்த நேரத்தில் நடத்தவும் முடிவுசெய்து அதற்கான ஏற்பாடுகளைச் செய்தது.

பத்து ஊருக்கும் சேர்த்து ஒரே பஞ்சாயத்து சேர்மனான ராஜமாணிக்கம், எம்ஜியார் பங்குபெறும் நிகழ்ச்சியின் ஒட்டுமொத்த செலவையும் ஏற்பதாக முன்பே சொன்னதினால் கோயில் கமிட்டிக்கு 'அப்பாடா' என்று இருந்தது. எப்படியும் எம்ஜியார் பக்கத்தில்தான் உட்கார வைப்பார்கள் அல்லது அவருக்கு கோயில் கமிட்டி சார்பாக மாலை போட்டு மரியாதை செய்யும் வாய்ப்பைத் தனக்கு தருவார்கள் என்று பெருத்த நம்பிக்கை அவரிடம்

ஆழப்படிந்திருந்தது. அதை யூகித்து பாக்கியம் போட்டோ ஸ்டுடியோ பாக்கியராஜிடம் நல்ல படத்தை எடுக்க முன்பே சொல்லி இருந்தார்.

மூன்று வருடங்களாக எம்ஜியாரை அழைத்துவர ஊர்ப் பெருசுகள் முதல் இளவட்டங்கள் வரை முயன்றிருந்தாலும் அவருடைய தேதி கிடைக்கவே இல்லை. போன ஆண்டு எட்டு ஊர் தள்ளி இருக்கும் கோயில் திருவிழாவுக்கு வந்தவரை எப்படியாவது அழைத்துவர முயன்றும் முடியவில்லை. அவரிடம் முன்பே தேதியை வாங்கியவர்களுக்கு மட்டுமே அவரைப் பார்க்கும் அந்தப் புண்ணியம் கிடைத்தது. பல நேரம் எம்ஜியார் கட்சிக்காரர்களே முயன்றும் இந்த ஊருக்குத் தேதி கிடைக்கவில்லை. இந்த ஆண்டு சங்கர் மூலம் ஜனவரி மாதத்திலேயே அவரது தேதி வாங்கிவிட்டதால் ஊர் முழுக்க "இந்த வாட்டி நெசமாவே வாராராமா" என்று நாற்பதைக் கடந்த பெண்கள் எல்லோருக்கும் வெட்கம் முகத்தில் வழிந்தது.

அடிமைப்பெண் படத்தை ஊர்த் திருவிழாவை முன்னிட்டு திரைகட்டிப் போடலாம் என்று அப்போதைய கோயில் கமிட்டி முடிவு செய்து திரையிட்டது. ஜெயலலிதாவின் திமிறி வரும் அழகைப் பார்க்க ஆண்கள் கூட்டமும், ரோஸ் நிறத்தில் மின்னும் எம்ஜியாரைப் பார்க்க பெண்கள் கூட்டமும் நிறைந்து வழிந்தது. திரையில் ஜெயலலிதா வரும்போதெல்லாம் ஆண்கள் கூட்டத்தில் சலசலப்பும் சிரிப்பும் இருந்தது. பெண்கள் கூட்டத்தில் எம்ஜியாரின் விரிந்த மார்பும் சொக்க வைக்கும் நிறமும் கலகலத்த பேச்சாகவே இருந்தது.

"அவருக்கு சுண்டுனா ரத்தம் வரும்போலடி, என்ன செகப்பு."

"ஆமாண்டி வாழ்க்கையில ஒருவாட்டியாவது அவர சுண்டி பார்க்கணும்டி."

"ரெம்ப சுண்டிராதடி உன் புருஷன் வாயிலையே மிதிப்பான்" என்று ஒரு கிழவி சொல்லும்போது பெண்கள் கூட்டத்தில் சிரிப்பு சத்தம் பலமாகக் கேட்டது. இவர்கள் என்ன பேசுவார்கள் என்று அங்கிருக்கும் ஆண்களுக்குத் தெரியும். அங்கே என்ன பேசுவார்கள் என்று இங்கே இருப்பவர்களுக்கும் தெரியும். 'ஆயிரம் நிலவே வா' பாடல் திரையில் வரும்போது

தங்களது ஜோடியாக பெண்கள் எம்ஜியாரையும், ஆண்கள் ஜெயலலிதாவையும் இணைத்துப் பாடிக்கொண்டு இருந்தனர்.

எல்லா ஊரைப் போலவே இங்கேயும் எம்ஜியாருக்கு பெரிய மௌஸ் இருந்தது. நம்ம ஊருக்கெல்லாம் எங்க வரப்போறாரு என்று நினைத்துக் கொண்டிருந்தவர்களுக்கு பல ஆண்டுகளுக்குப் பிறகு 'இப்படியொரு' வாய்ப்பு வருவது எல்லோருக்கும் மகிழ்ச்சியாக இருந்தது.

எம்ஜியார் படங்களில் நடித்துகொண்டே அரசியல் வேலையும் செய்துவந்தார். எம்ஜியார் திமுகவிலிருந்த போதிலிருந்தே ஊரில் பாதிப்பேர் எம்ஜியார் ரசிகர் மன்றத்தில் உறுப்பினர்கள். அவர் அங்கிருந்து பிரிந்து தனிக்கட்சி ஆரம்பித்தபோது எல்லோரின் ஆதரவும் எம்ஜியாருக்கே இருந்தது. கருணாநிதியைத் திட்டாத ஆளே ஊரில் இல்லை. அப்போது வந்த தேர்தலில் எம்ஜியார் சின்னம் எது என்று கேட்டு எல்லா ஓட்டும் அங்கேயே விழுந்தது. பலரின் விருப்பமும் எம்ஜியார் நம்ம ஊரில் நிற்க வேண்டும் என்பதாகத்தான் இருந்தது. ஆனால் அவர் பக்கத்தூரில் நின்றார். ஆனாலும் நமது ஊரிலேயே நின்றவிட்டதாக எல்லோருக்கும் அவ்வளவு மகிழ்ச்சி இருந்தது. ஆட்சிக்கு வந்து ஏழு ஆண்டுகள் முடிந்துவிட்டது.

எம்ஜியாரை ஒருமுறையாவது நேரில் பார்க்கவேண்டும் என்று நினைத்துக்கொண்டு இருந்தவர்களுக்கு அது வாய்க்காமலேயே போக, இந்த முறை சங்கர் மூலம் 'அந்த ஏற்பாடு நடந்தது'. எல்லோருக்கும் அவ்வளவு கொண்டாட்டமாக இருந்தது.

காலை நேரமாகவே சங்கர் வந்துவிட்டான். அவனுக்கான காலை உணவு முதல் எல்லாமே கனஜோராக நடந்தது. அவனுக்குத் தெரியும் இதுவெல்லாம் எம்ஜியாரை அழைத்து வருவதால் நடக்கும் சிறப்பு கவனிப்பு என்று. மற்ற நேரங்களில் இவனுக்கு இந்தளவு மரியாதை இருக்காது. மேடையைப் பார்வையிடவும், எம்ஜியார் வருகின்ற கார் எப்படி வந்து நிற்கும் என்று அருகில் இருப்பவர்களுக்கு சொல்லிக்கொண்டிருந்தான். அவரை அழைத்துவர அம்பாசிடர் காரையும் ஏற்பாடு செய்து வைத்திருந்தான். எவ்வளவு செலவானாலும் தருவதாக சொன்னதினால் அவன் ஆட்டம் வழக்கத்தைவிட அதிகமாகவே இருந்தது.

தேர் பவனி முடியும்போது மேடையின் முன்பு கூட்டம் ஜே...ஜே...வெனக் கூடியது. முன் வரிசையில் உட்கார பெண்கள் கூட்டமே நெருக்கியது. எம்ஜியார் வரும் நேரம் எதுவென்று சங்கருக்கு மட்டுமே தெரியும். அவன்தான் நிகழ்வுகளை ஒருங்கிணைத்து இருந்தான். அவர் இன்னும் சற்று நேரத்தில் வருவாதாகத் தொடர்ச்சியாக ஒலிபெருக்கியில் சொல்லிக்கொண்டே இருந்தனர். கோயிலைச் சுற்றி போடப்பட்டிருந்த வண்ண விளக்குகளால் இரவு பகல்போலவே இருந்தது. அவர் வேறொரு கோயில் விழாவுக்கு வருவதாக ஒப்புக்கொண்டதால் ஒரேநேரத்தில் இரண்டு நிகழ்ச்சிக்குத் தேதி கொடுத்தது சங்கருக்கு மட்டுமே தெரியும். ஆனால் சரியாக எட்டுமணிக்கு வந்துவிடுவார் என்று கூட்டத்தை அமைதிகாக்கச் செய்ய மேடையில் வேறுசில நிகழ்ச்சிகளை நடத்திக்கொண்டே இருந்தான்.

நேரம் சரியாக எட்டானபோது சங்கர் மேடைக்கு வந்தான். "நீங்கள் ஆவலுடன் எதிர்பார்க்கும் பொன்மனச் செம்மல், புரட்சித் தலைவர் எம்ஜியார் சற்று நேரத்தில் மேடைக்கு வர இருக்கிறார்" என்று சொல்லும்போது கூட்டம் ஆர்ப்பரித்தது. மேடையின் மீது அவரை வரவேற்க சிலர் வந்து நின்றார்கள். சைரன் சத்தம் கேட்டது. எல்லோரும் திரும்பித் திரும்பிப் பார்த்தார்கள். தூரத்தில் வந்துகொண்டிருந்த வெள்ளைநிற அம்பாஸிடர் காரைப் பார்த்தவுடன் விசில் பறந்தது. "நீங்க நல்லா இருக்கோணும் நாடு முன்னேற.. இந்த நாட்டில் உள்ள ஏழைகளின் வாழ்வு முன்னேற, நீங்க நல்லா இருக்கோணும் நாடு..." பாடல் முழு சத்தத்தில் வைக்கப்பட்டது. கரவொலி சத்தம் வானை முட்டியது. சேர்மன் முகத்தில் எல்லாப் பற்களும் வெளிச்சத்தைப் பிரகாசிக்கச் செய்தன.

காரிலிருந்து எம்ஜியார் இறங்கும்போது அவரைத் தொட எல்லோரும் கையை நீட்டினார்கள். திருவிழா பாதுகாப்புக்கு வந்த காவலர்களுக்கும் அவரைப் பார்க்கும் ஆவல் மேலிட கூட்டத்தை ஒதுக்கி அவரை மேடைக்கு அழைத்து சென்றார்கள். அவரின் முகம் ரோஸ் நிறத்தில் இருந்தது. பஞ்சால் நெய்யப்பட்ட வெள்ளைத் தொப்பியும் கருப்புக் கண்ணாடியும் வெள்ளை வேட்டி சட்டையோடு பார்க்க கொள்ளை அழகோடு இருந்தார்.

"நீங்க நல்ல இருக்கோணும்..." பாடலுக்கு கலைஞர்கள் நடனம் ஆடிக்கொண்டு இருந்தனர். மேடையில் ஏறியவர் எல்லோரையும் பார்த்துக் கையசைத்தார். கூட்டத்தில் விசில் பறந்தது. எல்லோர் முகத்திலும் அவ்வளவு சந்தோசம். இரண்டு விரலை நீட்டிக் காண்பித்தார். கூட்டமே இரண்டு விரலை திரும்பக் காண்பித்து தங்களது ஆதரவைத் தந்தது. நடனக் கலைஞர்கள் அவரைச் சுற்றிச் சுற்றி ஆடி பூவைத் தூவினார்கள்.

"உழைக்கும் தோழர்களே ஒன்று கூடுங்கள் உலகம் நமது என்று சிந்து பாடுங்கள்" என்ற வரி வரும்போது அவரே முஷ்டியைத் தூக்கி அதனைப் பாடினார். "தலைவரே... தலைவரே..." என்று முழக்கம் எங்கும் எதிரொலித்தது. அங்கே தயாராக வைத்திருந்த சிறுவனை அவரிடம் கொண்டுவந்து நிறுத்தியபோது இறுக்கி அணைத்து நலம் விசாரித்தார்.

மேடையில் அவருக்காகப் போடப்பட்ட நாற்காலியில் போய் அமர்ந்தார். கோயில் கமிட்டி நிர்வாகிகள் சங்கர் காதில் ஏதோ சொல்ல பாடல் முடிந்தபின்பு "இப்போது நமது சேர்மன் அவர்கள், தலைவருக்குப் பூமாலை போடுவார்" என்று சொன்னபோது சேர்மன் இந்த நொடிக்காகக் காத்திருந்ததைப் போல மேடை ஏறினார். அப்போது பாக்கியம் ஸ்டுடியோ பாக்கியராஜை ஓரக்கண்ணால் பார்த்தார். அவனும் தான் தயாராக இருப்பதாகச் சொல்லி கட்டைவிரலை மட்டும் 'வெற்றி' என்ற அடையாளத்தோடு காட்டினான். தலைவருக்கு மாலை போடும்போது அவர் முகத்தில் அவ்வளவு வெட்கம் இருந்தது. தலைவரின் வெவ்வேறு பாடல்கள் ஓடிகொண்டே இருந்தன. ஒவ்வொருவராக வந்து மரியாதை செய்துகொண்டே போனார்கள். ஒருசில நொடிக்குமேல் தலைவரின் பக்கத்தில் யாரையும் நிற்க சங்கர் விடவில்லை. இந்நிகழ்வின் ஒட்டுமொத்த ஸ்பான்சர் சேர்மன் என்பதால் அவரை மட்டும் பத்து நொடிகளுக்கு மேல் அனுமதித்தான். மற்றவர்களை எல்லாம் மைக்கில் பெயரைச் சொல்லி வேகப்படுத்தி அனுப்பிக்கொண்டே இருந்தான். மொத்தம் பத்துபேர் மட்டுமே மரியாதை செய்ய முடியும் என்று கமிட்டி முடிவு செய்திருந்தது. அதனால் வேறு யாருக்கும் அனுமதி இல்லை.

தலைவர் பாடல் ஓடிக்கொண்டே இருந்தது. கமிட்டி ஆட்கள் மரியாதை செய்து முடிந்தவுடன் ரஜினி, கமல், விஜயகாந்த்,

பாக்கியராஜ் என்று எல்லோரும் வரிசையாக வந்து ஆசிர்வாதம் வாங்கினார்கள். கடைசியாக சிவாஜி வந்தபோது இருவரும் கட்டிப்பிடித்தார்கள். கமிட்டி ஆட்கள் வரும்போது இல்லாத விசில் சத்தம் இதர நடிகர்கள் வரும்போது பறந்தது. எம்ஜியார் வேஷம் கட்டிய ஹனிபா 'போதும்' என்று சங்கரிடம் கண் ஜாடையில் சொன்னபோது புரிந்துகொண்டவனாய் "தலைவருக்கு உடல் நலன் சரி இல்லை அதனால் அவரால் பேச முடியாது, பக்கத்தூருக்கும் செல்ல இருப்பதால் உங்களிடமிருந்து விடை பெறுகிறார்" என்று அவன் சொன்னபோது அதே சிரிப்புடன் இரட்டை விரலைக் காட்டி அங்கிருந்து வேக வேகமாக நடந்து சென்று காரில் ஏறினார். காரை இயக்கத் தயாராக இருந்த ஓட்டுனர் அவர் வந்தவுடன் அங்கிருந்து 'சர்ரென்று' கிளம்பினான்.

வேகாமாகப் போன ஓட்டுனர் ஊரைக் கடந்தபின்பு வாகனத்தை மெதுவாக ஓட்டினான்.

"என்ன பாய் பயங்கர மரியாதையா இருக்கு."

"எனக்கு எங்கப்பா மரியாத, எல்லாம் தலைவர் கெட்டப்புக்கு."

"ஆனாலும் பாய் நீங்க பார்த்தா அச்சு அசலா தலைவராட்டையே இருக்கீங்க."

"அது எந்த ஜென்ம புண்ணியமோ, நெறைய பேர் சொல்லிட்டாங்க."

பேசிக்கொண்டே எம்ஜியாரின் உடைகளைக் களைந்தார் ஹனிபா. அவர் கொண்டுவந்த சூட்கேஸில் கருப்புநிற கண்ணாடி மூன்றும், கருப்பு வெள்ளைத் தொப்பி தலா ஒன்றும், ரோஸ் பௌடர், சீப்பு, சின்ன கண்ணாடி என்று பல அழகு சாதனங்கள் இருந்தன. ஹனிபாவுக்கு வயது ஐம்பத்தைந்து தாண்டிவிட்டது. அருப்புக்கோட்டையில் உள்ள அச்சகத்தில் பைண்டிங் வேலை செய்து வருகிறார். கடைக்கு வந்த வாடிக்கையாளர் ஒருவர் 'ஹனிபாவைப் பார்த்தால் எம்ஜியாரைப் போலவே இருப்பதாக' மேடை கலை நிகழ்ச்சி நடத்தும் குழுவைச் சேர்ந்த ஒருவரிடம் சொல்ல அவர் நேரில் பார்த்து அசந்துவிட்டார்.

ஹனிபா எம்ஜியாரின் தீவிர ரசிகன் என்பதால் அவரைப் போலவே மூக்குக்குப் பக்கத்தில் விரலைக் கொண்டுபோய் “ஹா” என்பதும், உதட்டைக் கடித்து சிரிப்பதும், கையை வீசிப் பேசுவதும் பழகிவிட்டிருந்தது. “ஒரு பாட்டுக்கு சும்மா வந்து நில்லுங்க பாய், எல்லோருக்கும் இருநூறு ரூபாய் தறோம், உங்களுக்கு இருநூத்தி ஐம்பது தருகிறோம்” என்று சொன்ன போது, தலைவர் முகஜாடை வைத்து காசு சம்பதிக்கிறதா? என்று வர மறுத்துவிட்டார். வந்தவர் இவரிடம் பேசினால் வேலைக்கு ஆகாது என்று நேராக பாயம்மாவிடம் சென்று விசயத்தைச் சொன்னார். அவளும் சம்பளத்தை மட்டுமே வைத்துக்கொண்டு நான்கு பிள்ளைகளோடு குடும்பத்தை ஓட்டுவது கட்டுபடியாகாது, வீட்டு செலவுக்கு மேல் வருமானமும் வேண்டுமென்று ஹனிபாவிடம் ‘என்ன பேசினால் இந்த மனுஷன் போவான்’ என்று தெரிந்து அதையே சொன்னாள். “யாருக்கும் அமையாத பாக்கியம் உங்களுக்கு கிடைச்சு இருக்கு, மக்களை சந்தோசப்படுதிறது தான் தலைவர் லட்சியம், நீங்க போகலைனா அதுமேல மண்ணள்ளிப் போட்ட மாதிரி ஆகிடும், மக்கள் சந்தோசம் முக்கியமா, உங்க வறட்டு கௌரவம் முக்கியமா?” என்று அவரை சீண்டி விட இவளுக்காகப் போகவில்லை என்றாலும் தலைவருக்காகப் போகலாம் என்று முடிவு எடுத்தவர் பதினைந்து வருடமாக எம்ஜியார் வேஷம் கட்டுகிறார்.

கல்யாணத்துக்கு முன்பு, “மாப்பிள்ளையைப் பார்க்க எம்ஜியார் மாதிரியே இருக்கிறார்” என்று எல்லோரும் சொன்னபோது நம்பாதவள் பெண் பார்க்க நேரில் வந்தபோது யாருக்கும் தெரியாமல் ஜன்னல் வழியே பார்த்து அசந்துபோய்தான் கல்யாணம் செய்ய சம்மதித்தாள். எம்ஜியார் வேஷம் கட்ட சரியான ஆள் இல்லாமல் இருந்த நிலையில் ஹனிபாபாய் எல்லோருக்கும் அல்வா போல அமைந்துவிட்டார். எல்லாக் குழுவுக்கும் போக ஆரம்பித்தார்.

மார்ச், ஏப்ரல் மாதங்களில் அவரைப் பிடிப்பது பெரிய வேலை. எல்லாக் கோயில் திருவிழாவிலும் அச்சு அசலான எம்ஜியாரை அழைத்து வருவதாக சொல்லி குழு பொறுப்பாளர்கள் நல்ல வருவாய் பார்த்தனர். ரஜினி, கமலுக்கு பல வருடங்களாகவே நானூறைத் தாண்டவில்லை. எம்ஜியாருக்கு எழுநூற்றி ஐம்பதைத் தாண்டிவிட்டது. அது பலருக்கும் புகைச்சலை

உண்டாக்கியது. அதுவும் ரஜினிக்கு நிறைய பேர் இருந்ததினால் “இந்த ரஜினி இல்லை என்றால் அந்த ரஜினி” என்று கலைக்குழுக்கள் ரஜினிக்கு அதிகமாக மெனக்கெடவில்லை. பெரும்பாலும் எல்லாக் குழுவிலும் ரஜினி இருந்ததினால் ரஜினிக்கு கிராக்கி இல்லை. ரஜினியால் சம்பளத்தைக் கூட்டி கொடுக்க சொல்லி கேட்கவே முடியவில்லை.

ஹனிபா பயணித்த கார் வீடு வந்து சேரும்போது இரவு இரண்டு மணியாகிருந்தது. முதன்முதலில் எம்ஜியார் வேஷம் கட்டி கூட்டிப் போனது சங்கரின் அப்பாதான். அந்தக் கலைக்குழுவிற்கு மட்டும் ஹனிபா எப்போதும் தேதி கொடுத்துவிடுவார். அந்த நம்பிக்கையில்தான் இந்தாண்டு இவரது குழுவை கோயில் கமிட்டி புக் செய்தார்கள். சொன்ன தொகையை விட ஆயிரத்து ஐநூறைச் சேர்த்துக் கொடுத்தார் சேர்மன்.

★★★

மதிய வெயில் உச்சியில் ஏறி நின்றது. பாயம்மா மகள் வந்திருந்ததினால் ருசியாக சமைத்துப்போட தெருவில் மீன்காரனிடம் விலை பேசிக்கொண்டிருந்தாள். ஹனிபாவின் கடைசி மகள் நேற்று இரவு வீட்டுக்கு வந்திருந்தாள். மருமகன் மூன்று வருடமாக மோட்டர்சைக்கிள் வேண்டுமென்று கேட்டுக் கொண்டே இருப்பதினால் இந்த முறை வாங்கிவரச்சொல்லி அடித்து விரட்டி இருந்தான். அவன் பலமுறை இப்படி மகளை அடித்து விரட்டி விடுவதும் சமதானம் பேசி இவர் விட்டு வருவதும் ஹனிபாவுக்கு வாடிக்கையாகிவிட்டது. சிலநேரம் வருகின்ற கோபத்திற்கு ‘எங்க வீட்டுப் பிள்ளை’ எம்ஜியாரைப் போல சாட்டை எடுத்து மருமகனை அடித்து விலாச வேண்டுமென்று வெறி இருக்கும், அதன்பிறகு மகளின் வாழ்க்கை என்னவாகுமென்று பல்லைக் கடித்துக்கொண்டு எங்க வீட்டு பிள்ளையின் சாதுவான இன்னொரு எம்ஜியாராக மாறிவிடுவார்.

காலையில் நேரமாக சென்று அச்சக முதலாளியிடம் முந்நூறு ரூபாய் வேண்டுமென்று வாங்கி அதை சம்பளத்தில் கழித்துக்கொள்ள சொல்லியிருந்தார். சங்கர் தரும் எழுநூற்றி ஐம்பதை வைத்து தவணையில் ஆயிரம் ரூபாய் கட்டி ஒரு வண்டியை வாங்கித் தந்திட வேண்டுமென்று அவனுக்காகக் காத்திருந்தார். மற்ற குழுவை சேர்ந்தவர்கள் அப்போதே

பணத்தைத் தந்து விடுவார்கள். சங்கரைப் பொறுத்தவரை மறுநாள் வீட்டிலோ இல்லை அச்சகத்திலோ வந்து தந்து போவது வழக்கம். அவர் அப்பா இறந்தபின்பு இவன்தான் எல்லாம் பார்த்து வருகிறான். நல்ல பையன். நேற்றுக் கொடுத்த அதே பில்டப்புடன் தான் ஒவ்வொரு நிகழ்ச்சியையும் நடத்தி வருகிறான். அதனாலேயே இவன் குழுவில் மட்டும் எல்லா வகையான நடனக் கலைஞர்களும் உள்ளனர். தொடர்ச்சியாக நிகழ்ச்சிகள் இருந்துகொண்டே இருப்பதினால் பலரும் தங்களை இந்தக் குழுவில் ஐக்கியமாக்கிக் கொண்டனர்.

ஹனிபாவும் எப்பிடியாவது தலைவர் குரலில் பேச வேண்டும் என்று முயற்சி செய்தாலும் அதுமட்டும் கைகூடவில்லை. மற்றபடி அவரின் அனைத்து அங்க அசைவுகளுமே ஹனிபாவுக்கு அத்துப்படி.

எப்போதும் கடைசி மருமகன் "உங்கப்பனுக்கு என்ன ஊர் ஊரா போய் நல்லாதானே சம்பாதிக்கிறார். பெத்த புள்ளைக்கு கொடுத்தா கொறஞ்சா போயிடுவார். அப்படி சம்பாருச்சு, சம்பாருச்சு யாருக்குதான் கொடுக்கிறார். வெப்பாட்டி எதாவது வச்சிருக்காரா என்ன?" என்று அவன் பேசும் அனைத்தும் ஹனிபாவுக்கும் தெரியும், வருகின்ற மாத சம்பளத்தில் உயிர் வாழ்வதற்கே பெரும் போராட்டமாக இருந்தது.

மார்ச், ஏப்ரல், மே மாதங்களில் மட்டும்தான் அவரிடத்தில் கொஞ்சம் காசு புழங்கும். அந்த நேரம் பார்த்து மூன்று மருமகன்களும் மகள்களை சரியாக அனுப்பி விடுவார்கள். கடந்த வாரமே பெரிய மருமகன் மகளோடு வந்து, இருப்பதை ஒட்ட சுரண்டிப் போனார். போன மாசமே நடுமகள் கோட்டா முடிந்தது. இப்போது கடைக்குட்டியை மருமகன் விரட்டி இருந்தான். இருக்கும் ஒரே மகன், அவன்பாடே பெரும் திண்டாட்டம் என்பதால் அவ்வப்போது அவனுக்கு இருப்பதைக் கொடுப்பார். இதுவரை உருப்படியாகத் தனக்கு எதுவும் இவர் செய்யவில்லை என்ற கோபம் அவனுக்கு உண்டு. வருவதை எல்லாம் மகள்களுக்கே செய்வதாக மருமகள் வீட்டுக்கே வருவதில்லை. எல்லா வருடமும் மகள்களுக்கே கொடுப்பதால் இந்தமுறை எப்படியாவது மிச்சம் பிடித்து மகனுக்கு உதவி செய்ய வேண்டும் என்று நினைத்தவர் எண்ணத்தில் இந்த முறையும் மருமகன்கள் மண்ணள்ளிப் போட்டுவிட்டார்கள்.

வேறுவழியில்லை, இந்த மோட்டர் சைக்கிள் பிரச்சனையை முடித்து விடலாம் என்று சங்கருக்காக ஹனிபா காத்திருந்தார்.

சங்கரின் மோட்டர் சைக்கிள் வீட்டின் முன்பு வந்து நின்றது.

“வாப்பா நேத்து எத்தன மணிக்கு முடுஞ்சு வந்தீங்க...”

“வீட்டுக்கு வர விடியக் காலை அஞ்சு மணி ஆகிடுச்சி பாய்” என்று சோம்பல் முறித்து பதில் சொன்னான்.

“ஏன் அவ்வளவு நேரம்.”

“அது ஏன் கேக்குறீங்க, பெரிய பஞ்சாயத்து ஆகிடுச்சு.” என்ன நடந்தது என்று அவனது முகத்தையே பார்த்தார்.

“கிளம்பும் போது பஞ்சாயத்த கூட்டிட்டானுங்க, அப்புறம் பேசி முடுச்சு கிளம்ப லேட் ஆகிடுச்சு” என்று தனது ஜோப்பில் கையைவிட்டு நானூறு ரூபாய் எடுத்து நீட்டினான். ஹனிபா ஒன்றும் புரியாமல் திருதிருவென்று விழித்தார். “தம்பி நானூறுதான் இருக்கு” என்றார்.

“அதுதான் பாய் பஞ்சாயத்து. வயசான எம்ஜியார கூட்டி வந்துடீங்கனு காசை பிடுச்சிட்டு கொடுத்துட்டானுங்க, எவ்வளவு பேசியும் பேசுன காசைக் கொடுக்கல, வேத்தூருல எதுக்கு வம்புனு வந்துட்டோம், அதனால்தான் பாய் தலைவர் வாய்சுல பேசி பழகுங்கனு சொன்னேன். அதுமட்டும் இருந்தா இன்னும் சேத்தி வாங்கியிருக்கலாம்” என்று சொல்லி எழுந்தவன் ஹனிபாவின் முகத்தைப் பார்க்காமல் “அடுத்த ப்ரோக்ராம் சொல்லுறேன் பாய் கொஞ்சம் வயசான லுக்க சரி பண்ணுங்க” என்று சொல்லிவிட்டு வண்டியை இயக்கி போய்க்கொண்டேயிருந்தான்.

“திருடாதே பாப்பா திருடாதே” தலைவரின் பாடல் டிவியில் ஓடுவதாக மகள் வந்து கூப்பிட்டாள். ஹனிபாவுக்கு சேர்மன் சொன்ன வார்த்தைகள் மட்டும்தான் காதில் கேட்டது. ‘அப்படியே தலைவர உரிச்சு வச்சது போலவே இருக்கீங்க, வருஷா வருஷம் வாங்க, சொன்னதுக்கு மேல சேத்து கொடுத்திடுறேன். என் தலைவர் பொருத்தத்துக்கு எவ்வளவு கொடுத்தாலும் போதாது...” என்று சன்னமாய் ஹனிபாவின் காதில் சொன்னதுதான் திரும்பத் திரும்பக் கேட்டது. சங்கரின்

வண்டி கண்ணிலிருந்து மறைந்தது. ஏமாற்றமும், மருமகனிடம் இனி எப்படி தவணை சொல்லிக் கடத்துவது 'கேவலமாகப் பேசுவானே' என்ற நினைப்பும் ஒருசேர அழுத்தி பேசமுடியாமல் தவித்தார் மக்களின் பேராதரவு பெற்ற பொன்மனச் செம்மல் எம்ஜியார் என்கிற ஹனிபா.

□□□

பஷிரின் கடைசிக் கிடாய்

பெருத்த மிளகுகளைச் சிதற விட்டதைப்போல திண்ணையெங்கும் ஆட்டுப்புழுக்கைகள் பரவிக்கிடந்தன. நான்கு நாட்களாக அடித்த வெயிலில் புழுக்கைகள் நன்றாகக் காய்ந்து இறுகிப் போயிருந்தது. பஷிரின் காலடிபட்டு சில புழுக்கைகள் கருத்தும், பச்சைநிறத்திலும் தரையில் அப்பி நசுங்கி இருந்தன. திண்ணையின் வலதுபுறத்தில் போடப்பட்டிருந்த இலைக்கட்டு வாடிக்கிடந்தது. வெயிலுக்கும் மழைக்கும் பல ஆண்டுகள் தாங்கிய பஷிரின் ஓட்டுவீடு அவர் மனைவி மும்தாஜின் மரணத்துக்குப் பிறகு பராமரிப்பின்றி வண்ணம் இழந்து அதன் ஆயுள் குறைந்திருந்தது. மும்தாஜ் இருக்கும்வரை தினமும் வாசலைக்கூட்டி பெருக்கி சுத்தமாக வைத்திருப்பாள். அவள் இறந்தபின்பு அவருக்குத் தோன்றினால் சிலநேரம் கூட்டுவார். குப்பை அதிகம் சேராமல் பார்த்துக்கொள்வார். பஷிரின் மகள் கணவர் வீட்டிலிருந்து வரும்போதெல்லாம் வீட்டை முழுமையாகச் சுத்தம் செய்துவிட்டுப் போவாள். அவர் மகளை திருச்சி லால்குடியில் கட்டிக்கொடுத்திருந்தார். மாப்பிள்ளை அங்கேயே சொந்தமாக தையல் கடை வைத்துள்ளார். பஷிரின் ஒரே மகன் முபாரக். கேரளா ஒத்தப்பாலத்தில் பேன்சி கடை நடத்தி வருகிறார். இருவரும் தனது தகப்பனைப் பார்க்க மூன்று மாதத்துக்கு ஒருமுறையாவது வந்து போவார்கள்.

மகள் வரும்போது மட்டும் பஷிருக்கு வாய்க்கு ருசியாக சோறு கிடைக்கும். மற்றபடி மும்தாஜின் கடைசித்

தங்கை ரெஜியாதான் "நம்மை விட்டால் மச்சானுக்கு யாரு இருக்கா" என்று, அவளால் முடிந்ததை செய்து கொண்டுவந்து கொடுப்பாள். பாவம் பார்த்துக் கொடுக்கும் அவளிடம் அதுவேண்டும், இதுவேண்டுமென்று எப்போதும் அவர் கேட்டது இல்லை. அவள் வீட்டில் எதுவும் சமைக்கவில்லை என்றால் மறக்காமல் வந்து "மச்சான் கடையில இன்னைக்கு வாங்கிக்கோங்க" என்று சொல்லிவிடுவாள். பஷிருக்கும் அவளுக்கும் இருபத்தைந்து ஆண்டுகள் இடைவெளி இருக்கும். மும்தாஜை திருமணம் செய்தபோது அவள் சின்னப்பெண்ணாக இருந்தாள். காட்டு வேலைக்குப் போவதால் அவளின் உடல் ஐம்பதைத் தொட்டுள்ளது என்பதைக் கணிக்க முடியாததைப் போல இருந்தது.

என்பது வயதைத் தொட்ட பஷிருக்கு வயதுக்கேற்ற சுருக்கங்களுடன் தோல் நெகிளித்தாளைப் போல வழுவழுவென்று இருந்தது. கண்பார்வை குறைந்துபோனதை அவரின் கருப்புநிற பிரேம் போட்ட கண்ணாடி சரிசெய்திருந்தது. முன்னாலிருந்த தலைமுடி கொட்டி முன்மண்டை சிறிய மைதானம் போல இருந்தது. இருக்கும் சில முடிகளுக்கு மத்தியில் சில கருப்பு முடிகளும் இருந்தன.

நான்கு மணிக்கே எழுந்து பழகிய பஷிருக்கு மும்தாஜ் இருக்கும்வரை காலையில் அந்நேரமே டீ வைத்துக் கொடுத்து தானும் குடித்து அன்றைய வேலையைத் துவங்குவாள். அவளுக்குப் பிறகு ஐந்து மணிக்கு கடை திறக்கும்போதுதான் இப்போதெல்லாம் டீ குடிக்க அவர் கிளம்புகிறார். கடந்த மூன்று நாட்களாகவே மனம் உடைந்து கடைக்கும் போவதில்லை. ரெஜியா காலையில் வைத்த டீயோடு வந்தாள். "மச்சான் எந்திரிச்சு வந்து ஒரு வாய் சாயா குடிங்க, இப்படியே கெடாய நினைச்சுட்டே இருந்தா போன கெடா திரும்பி வந்துடுமா, எவன் கண்ணு பட்டுச்சோ, எவன் எடுத்துட்டுப் போனானோ யாருக்குத் தெரியும். நிச்சயமா எடுத்துப் போனவன் நல்லாவே இருக்க மாட்டான், நாசமாத்தான் போவான்" என்று மனம் தாங்காமல் வீட்டின்முன்பு நின்று திட்டினாள். தன்னுடைய மச்சான் அவள் அக்காவின் இறப்புக்குப் பிறகு எப்போதும் இப்படி இருந்ததில்லை என்று அவளுக்குத் தெரியும்.

கிடாவைப் பறிகொடுத்த துக்கம் அவரை எந்த வேலையும் செய்யவிடாமல் அப்படியே முடக்கிப்போட்டது. குறைந்தபட்சம் 20 கிலோவுக்கு மேலதான் அந்த செந்நிறக் கிடாய் இருந்தது. அதனைப் பலரும் கேட்டு யாருக்கும் தராமல் தன்னோடே வைத்துக் கொண்டார். பக்ரீத் பெருநாளுக்கு கிடாய்க்கு நல்ல கிராக்கி இருக்கும். அந்த மாதத்தில் மட்டும் கிடாவின் விலை ராக்கெட் போல கிடுகிடுவென்று ஏறிவிடும். எவ்வளவு நெருக்கடி வந்தபோதும் பஷிர் அந்த செங்கிடாயைக் கொடுக்கவில்லை. அதன் கொம்பு நன்றாக வளர்ந்து வளைந்து இருந்தது. வெயில் பட்டால் அதன் செந்நிற மயிர் ரோமங்கள் தங்கத்தைப் போல மின்னும். பார்க்கவே அழகாக இருக்கும். பஷிர் இருக்கும்வரை நமக்கு மரணம் இல்லை என்ற மிதப்போடு கிடாய் ஊருக்குள் வலம் வரும்.

எப்போதும் பஷிரைச் சுற்றியே “ம்மா…ம்மா…ம்மா..” என்று பின்னாலேயே வரும். தன்னுடைய கவனக்குறைவால்தான் தொலைத்துவிட்டதாக குற்றவுணர்வு அவரை மிகவும் வாட்டியது. தன்னைப்போலவே அதுவும் எங்கே என்ன பாடுபடுமோ என்று விம்மினார்.

கிடாவைக் கட்டிப்போடும் வழக்கம் எப்போதும் பஷிருக்கு இருந்ததில்லை. “அதென்ன நாயா நடக்கிறவங்கள கடிச்சு வைக்க. வாயில்லா ஜீவன், அதை என்னத்துக்கு கட்டிப்போடணும்” என்று எப்போதும் கட்டிப்போட்டது இல்லை. மேய்ச்சலுக்குப் போனாலும் திரும்பிவந்து திண்ணையில் ஏறிப் படுத்துக்கொள்ளும்.

பஷிர் எப்போதும் ஊருக்கு ஒதுக்கப்புறத்தில் இருக்கும் சுடுகாட்டுக்குத்தான் மேய்ச்சலுக்கு அழைத்துப் போவார். போதுமானளவு மேய்ந்துவிட்டதை அதனின் வாய் அசைவை வைத்தே முடிவு செய்வார். கிளம்பும்போது, “ஏய்..ப்பே.. ப்பே…” என்று சத்தம் கொடுத்தால் எந்த தாமதமும் செய்யாமல் அவரை நோக்கி வந்துவிடும். அந்த சத்தம் கிடாய்க்கு மனனமாகிவிட்டிருந்தது. அந்த சத்தத்தைத் தொண்டையில் நிறுத்தி ஒரு ராகம்போல இசைப்பார். அது அவருக்கு மட்டுமே இருக்கும் ஒலிவளம். கிடாய் பஷிரை எப்போதும் பிரிந்ததில்லை.

இஸ்லாமிய வழக்கப்படி ஆண் பிறந்தால் இரண்டும், பெண் பிறந்தால் ஒரு கிடாயும் 'ஹக்கிகா' கொடுத்து விருந்து வைப்பது வழக்கம். தனது மகன், மகளுக்கு குழந்தை பிறந்தபோது அவர்தான் ஆடுகளைக் கொடுத்தார். அப்போது அவர் வளர்ப்பில் நிறைய ஆடுகள் இருந்தன. ஒருவருடத்துக்கு முன்பு மகனிற்கு மூன்றாவதாக மகள் பிறந்தாள். மகன் அந்த ஒற்றைச் செங்கிடாயைக் கேட்டபோது "கெடா மேல கைய வச்சினா கெட்ட கோவம் வந்திடும், காசு வேணா வாங்கிக்கோ, அத கேட்காத" என்று கறாராக சொல்லிவிட்டார். அவரின் பேச்சு மகனுக்கு வருத்தத்தை ஏற்படுத்தியது. ஒருமுறை கறிக்கடை ரஹீம் கேட்டபோதும் "அது விக்கிறதுக்கில்ல, வளக்க" என்று அவர் சொன்ன பதில் அவனுக்கு சிரிப்பை வரவழைத்துவிட்டது. "பாவா, ஆடு திங்கறதுக்குதான வளத்தறோம். நீங்க ஏதோ வளத்தி பள்ளிக்கூடம் அனுப்பறமாதிரி இல்ல சொல்லுறீங்க..." என்று அவன் சொன்னபோது, "மூடிட்டு போடா, என் கெடாயா நான் என்ன மைத்தோ பண்ணறேன். உனக்கென்ன? உனக்கு எத்தன முறதான் சொல்றது. ஒருமுற சொன்ன கேக்க மாட்டியா. திரும்பத்திரும்ப வந்து கெடா கெடான்னு நிக்கிரெ" என்று வாய்க்கு வந்தபடி அவனை வாங்குவாங்கென்று வாங்கினார். பதிலுக்கு அவனும் பேச, தெருவில் பெரும் கலவரம்போல மக்கள் கூட்டம் கூடிவிட்டது. கறிக்கடை ரஹீமுக்கு எல்லோர் முன்பும் அவர் பேசியது அவமானமாகிவிட்டது. பஷிரின் நடவடிக்கை அவனுக்கு தர்மசங்கடத்தைக் கொடுத்தது. அவன் தலைகுனிந்து சென்றபோது பஷிருக்கும் ஒருமாதிரி அழுத்தம் இருந்தது. இதற்குமுன்பும் பலமுறை ரஹீமுக்குக் கிடாயைக் கொடுத்துள்ளார். ஆனால் இன்று அவர் செய்தது அவருக்கே சரியாகப்படவில்லை. தான் மிகவும் மோசமாக நடந்து கொண்டதாக நினைத்துக்கொண்டார். மறுநாள் நேரிலும் சென்று அவனிடம் வருத்தம் தெரிவித்து வந்தார். 'சரியென்று' அவன் தலையாட்டினாலும் ஊரில் மானம் கெட்டுப்போனதாக உள்ளுக்குள் புழுங்கினான்.

மும்தாஜ் மரணத்திற்குப் பிறகு அவருடைய உலகமே கிடாயாகிப்போனது. கிடாய் தன் முகத்தை வைத்து அவ்வப்போது அவரின் தொடையை, தோள்பட்டையைத் தேய்க்கும், அவரின் அருகில் உரசியபடி உட்காரும். அதனின் உடல்மொழி 'உன்னைவிட்டு நான் எங்கும் நகர மாட்டேன்' என்பதுபோல இருக்கும். அதுவாகவே எடுத்துக்கொண்ட

உரிமையை அவர் தடுத்ததில்லை. அது அவருக்கும் ஏதோவொரு சிறு ஆறுதலைப் பகிர்வது போல் இருக்கும். யாரும் இல்லாத பஷிருக்கு இப்போதைக்கு ‘நான் இருக்கிறேன்’ என்ற ஒரு ஆறுதல் கிடாயின் உரசலில் கிடைத்து.

அப்போதெல்லாம் பஷிரின் வீட்டின்முன்பு 10, 15 ஆடுகள் இருக்கும். அதை வைத்துதான் தன்னுடைய வாழ்நாளில் ஜீவனம் செய்துவந்தார். அந்த வருமானத்தில்தான் தனது மகளுக்குச் சிறப்பாக திருமணம் செய்து கொடுத்தார். “இங்கே இருந்து என்ன தொழில் செய்ய முடியும். பேசாமா பொஞ்சாதி ஊருக்கு போகலாம்னு இருக்கேன்” என்று முபாரக் சொன்னபோது தனது சேமிப்பில் இருந்த அறுபதாயிரம் பணத்தை எடுத்துக் கொடுத்து “எப்படியோ பொழச்சுக்கப்பா” என்று அனுப்பி வைத்தார்.

தன்னுடைய வயது மூப்பினால் முன்பைப்போல ஆடுகளை மேய்ச்சலுக்கு கூட்டிச் செல்ல முடியாது என்று எல்லாவற்றையும் ஒருவருக்கு விலைபேசி விற்றார். அதில் செங்கிடாயும் இருந்தது. வாங்கியவர் அனைத்தையும் அள்ளிச் செல்ல வண்டியோடு வந்து நின்றார். ஒவ்வொன்றாய் வண்டியில் ஏற்றியவர் கடைசியில் செங்கிடாயை, கழுத்தில் கட்டியிருந்த கயிரைப்பிடித்து இழுத்தார். அது வண்டியில் ஏறாமல் ஒரு குழந்தையைப் போல் “ம்மா..ம்மா..ம்மா....” என்று அழுதது. விலைக்கு வாங்கியவர் கயிறைப் பலம் கொண்டு இழுத்தும், இழுக்க முடியாமல் திணறினார். அதன் கதறல் அம்மாவிடம் இருந்து பிரியும் குழந்தையின் கதறல் போல இருந்தது. அந்தக் கதறல் பஷிரை என்னமோ செய்தது. சட்டென எழுந்து வீட்டுக்குள் சென்றுவிட்டார். கிடாய் வண்டியில் ஏறாமல் அடம்பிடித்தது.

வீட்டுக்குள் சென்றாலும் கிடாயின் “ம்மா...ம்மா..ம்மா..” சத்தம் அவரைத் தொந்தரவு செய்துகொண்டே இருந்தது. அவரை அறியாமல் கண்களிலிருந்து நீர் கசிந்தது. வெளியே வந்தவர் “அந்தக் கெடா இங்கிட்டே இருக்கட்டும் அத விட்டுட்டுப் போ” என்று வாங்கியவரைப் பார்த்து சொன்னார். அவன் நெளிய, “அதுக்கு காசு கழிச்சு கொடு” என்று சொன்னபின்பு அதைமட்டும் விட்டுவிட்டு வண்டி கிளம்பியது. “உனக்கு எப்போ போகணும்னு தோணுதோ அப்போ போ” என்று கழுத்திலிருந்த கயிறை அறுத்தார். அதுமுதல் கயிர் இல்லாமல் பஷிரையே சுற்றி வருகிறது. பஷிருக்கு கிடாயும், கிடாயிக்கு

பஷீரும் என்று ரத்த உறவு போல இருவரும் ஒருவரைப் பிரிந்து ஒருவர் இல்லாமல் சேர்ந்தே கழித்தனர். பலநேரம் அவரின் சிறுவயதுக் கதைகளை மகனுக்கு சொல்வது போல அதனிடம் பேசிக்கொண்டு இருப்பார்.

நாளை பெருநாள். மேய்ச்சலுக்கு கூட்டிப் போனா நல்லா இருக்காது. “நல்ல நாளும் அதுவுமாகூட அல்லாகுவேனு உட்கராக்கூடாதா” என்று ரெஜியாவும் வருத்தப்படுவாள். இன்றே கொஞ்சம் இலையை வெட்டி வைத்துக் கொள்ளலாமென்று எழுந்துபோனார். சூரியன் மேற்கில் மறைந்துகொண்டிருந்தது.

“மக்ரிப்நேரம் ஆகப்போவது எங்க போறீங்க மச்சான்” என்றாள் ரெஜியா. “நாளைக்கு பெருநாளில்ல, இப்பவே போய் கொஞ்ச எலதல எடுத்துவந்தா கெடாவுக்கு ஆகுமில்ல, நாளைக்கு எதுக்கு போயிட்டு” என்றார். பஷிர் போவதைப் பார்த்து கிடாவும் எழுந்து அவர் பின்னாடியே போனது. “இது ஒன்னு, எங்க போனாலும் அவர் பின்னாடியே வாலாட்டம் போறது” என்று இழுத்தாள்.

பஷிர் திரும்பி வந்து பார்த்தபோது திண்ணையில் படுத்திருந்த கிடாவைக் காணவில்லை. “ஏய் ரெஜியா கெடாவக் காணல”. “அதுதான் உங்க பின்னாடி வாலாட்ட வந்துச்சே”. “இல்லையே, நான் தனியாத்தானே போனேன்” என்றார். “இல்லையே, நான் தான் உங்ககூட பின்னாடியே போனதை பார்த்தேனே, சரி பதறாதீங்க, அந்த சுடுகாடு பக்கந்தானே மேஞ்சிட்டு இருக்கும். போய்க் கூட்டி வாங்க” என்றாள்.

சுடுகாட்டுப் பக்கம் போய் நின்ற பஷிர் “ஏய்..ப்பே..ப்பே...” என்று கத்தினார். கிடா வரவில்லை. மீண்டும் எப்போதும்போல கூப்பிட்டார். வரவில்லை. அவர் பலம் கொண்டு மீண்டும், மீண்டும் கூப்பிட்டுப் பார்த்தும் வரவே இல்லை. போன மச்சான் வெகுநேரமாகி இன்னும் திரும்பவில்லை என்று சுடுகாட்டுப் பக்கம் ரெஜியா வந்தாள். “ஏய்..ப்பே..ப்பே...” என்று கத்திக்கொண்டிருந்தவரைப் பார்த்து, “மச்சான் என்னாச்சு” என்றாள். “நீ ஏன் புள்ள மக்ரிப் நேரமா இங்கே வந்திருக்கே, போ..போ..” என்று விரட்டினார். “பேய் வந்து புடுச்சா புடுச்சிட்டு போகட்டும், கெடா எங்கே” என்றதும் பஷிரின்

கண்களில் கண்ணீர் கோர்த்து, "தெரியலையே புள்ள" என்று சொல்லும்போது அவரின் குரல் உடைந்துபோனது.

"சரி நான் ஊருக்கு அந்தப்புறம் நிற்குதான்னு பாக்கிறேன். எங்க போயிடபோகுது" என்று சொல்லிவிட்டு வேகவேகமாக நடக்க ஆரம்பித்தாள். கிடாவின் வாசனையை அவள் எங்குமே உணரவில்லை. எதிரே வந்த கறிக்கடை ரஹீம் "என்னத்த ரெஜியம்மா தேடுறே" என்றான். "நம்ம மச்சானோட கெடா வூட்டுலதான் இருந்துச்சு. அவர் பின்னாடியே எழுந்து போனத காணல" என்றாள்.

"நான் எத்தனை வாட்டி கேட்டேன். உங்க மச்சான் கொடுத்தாரா, இப்ப பாரு யாருக்கும் இல்லாம போச்சு, இது தேவையா" என்றான். "மௌத் வீட்டுல மூத்திரம் குடிக்க அலையறவனாட்டோம், அந்த மனுஷன் கெடாவ காணலேன்னு துடிச்சிட்டு இருக்காரு. உனக்கு உம் ஆச நட்டுகிட்டு நிக்குதோ" என்று ஏறினாள். அவனது முகம் சுருங்கி போனது.

"நான் என்னமோ சும்மா கொடுனு கேட்ட மாதிரியில்ல நீ திட்டுறே, காசுக்குத்தானே கேட்டேன்" என்றான். "அந்த மனுஷன் காசு வருதுனு தூக்கி கொடுக்க ஆட்டை வளர்த்த மாதிரியா அந்த கெடாய வளர்த்துனாறு, புள்ளயாட்டமில்ல வளர்த்துனாறு.

"அந்த மனுஷன் எல்லா ஆட்டையும் வித்தப்ப அந்த கெடா 'அம்மா அம்மானு' கத்தி அழுததே. எப்படி இழுத்தும் போச்சா அது. அம்மாவ பிரியும் புள்ளையாட்டமில்ல கதறுச்சு. ஊரே பார்த்தப்ப நீயும்தானே குத்துகல்லாட்ட நின்னே. இப்போ அந்த மனுஷனுக்கு அதைவிட்டா வேறென்ன நாதியிருக்கு. அப்போயிருந்து அந்த மனுஷன் காலையே சுத்தி வருது. அவரோட மௌத் வரைக்கும் கூடயே இருந்துட்டு போகட்டுமே" என்று வெடித்துத் தள்ளினாள்.

"காசு இன்னைக்கு வரும் நாளைக்குப் போகும், மனசு காசுக்கு ஈடாகுமா? எல்லா உசுரும் ஒன்னுதானே. அந்த மனுஷன் அதுமேல பாசம் வச்சு தொலச்சிட்டாரு" என்று சொல்லிவிட்டு கெடாவைத் தேடி புலம்பிக்கொண்டே வேகமாக நடந்தாள். அவள் பேசியது ரஹீமுக்கு கொஞ்சம் உறைத்தது.

ரெஜியா எங்கு தேடியும் கிடைக்காமல் திரும்பினாள். உடைந்து போய் உட்கார்ந்திருந்த மச்சானை சமாதானப்படுத்தினாள். "அட விடு மச்சான் அது எங்கேயும் போயிருக்காது. திரும்பிவரும். நீ இப்படியே இருக்காதே" என்று ஆற்றுப்படுத்தினாள். அவரால் எதுவும் பேச முடியவில்லை. தான் செய்யும் சமாதானம் நிச்சயமாக அவருக்கு நிம்மதியைத் தராது என்று அவளுக்குத் தெரியும். மும்தாஜின் மரணத்தின்போது வந்த அதே துக்கம் அவர் தொண்டையை அடைத்தது.

மறுநாள் பிரியாணி வாசம் அந்தத் தெரு முழுக்க வீசியது. பஷிரால் அங்கு உட்கார முடியவில்லை. பெருநாளையொட்டி யாரோ தனது கிடாவை குர்பானி கொடுத்து விட்டார்கள் என்று அவரின் உள்மனம் நிலைகொள்ள மறுத்தது. எந்த வீட்டு தேக்சாவில் அது என்னை நோக்கி "ம்மா..ம்மா..ம்மா..." என்று அலறுகிறதோ என்று விம்மினார்.

பிரியாணி மணம் அவருக்கு அருவருப்பாக இருந்தது. அது தனது கிடாவின் சதை வேகும் வாசம்போல மூக்கைத் துளைத்தது. கண்கள் கலங்கியபடியே மலை அடிவாரத்தை நோக்கி நடந்து போனார்.

மதியம் சுடச்சுட பிரியாணி செய்து எடுத்துக்கொண்டு ரெஜியா வந்தாள். வீட்டில் அவர் இல்லாததைப் பார்த்து கொஞ்சம் குழம்பினாள். வேகமாகத் தெருமுனைக்கு வந்தாள். எதிரே அவள் மகன் சல்மான் வந்து கொண்டிருந்தான். "டேய் மச்சான பார்த்தியா" என்று கேட்டாள். "அவரு மலையடிவாரத்திட்ட உட்கார்ந்திருக்காரு, நீ போ அவரே வந்துடுவாரு" என்று சொன்னான். "அந்த மனுசன் வந்தா ஒருவாய் சாப்பிடுவாரில்ல" என்றாள். "இப்போ கூப்பிட்டா வரமாட்டாரு. நீ போ நானே கொஞ்ச நேரங்கழிச்சு கூட்டிவரேன்' என்றான். ரெஜியாவுக்கும் மச்சானின் துயரம் தொற்றிக்கொண்டது.

ஊருக்குள் எங்கு 'ம்மா...ம்மா...' சத்தம் கேட்டாலும் தனது கிடாதானென சத்தம் வரும் திசையை நோக்கி நடக்க ஆரம்பித்தார். அவரின் அசைவுகள் ஒரு பைத்தியகாரனைப்போல இருந்தது. மூன்று நாட்களாக இந்த மனுஷன் படும்பாட்டைப் பார்த்து எல்லோருக்கும் மனம் தாங்கமுடியவில்லை. தெருக்களைச் சுற்றிச்சுற்றி வந்தார். அவர் சரியாகச் சாப்பிட்டு மூன்று நாட்கள் ஆகியிருந்தது. அவரின் துயரத்தைப் பொறுக்க

முடியாமல் ரெஜியா முபாரக்குக்கு தகவல் சொன்னாள். போனில் பேசிய முபாரக் "அதையே நினைச்சிட்டே இருக்காதீங்க. எப்படியும் வந்துரும். இல்லாட்டி அதேபோல இன்னொன்னு வாங்கித் தரேன்" என்று சமாதானம் சொன்னான். அவன் சொன்னதற்கு அவரிடமிருந்து எந்த பதிலும் வரவில்லை. ரெஜியாவைப் பார்த்து "எல்லா கெடாவும், என் கெடாவும் ஒண்ணா" என்று நா தழுதழுக்கக் கேட்டார்.

பஷிரின் பின்னால் கெடா வந்ததை அவர் கவனிக்கவில்லை. அது கொஞ்சம் பின்னால், எப்போதும் நடக்கும் தெருவென தேரைப்போல ஆடி அசைந்து போனது. கண்ணைக் கட்டிவிட்டாலும் அது சரியாக வீடுதேடி வந்துவிடும். பழக்கமான பாதை என்பதால் பஷிர் சுடுகாட்டுப் பக்கம்தான் போகிறார் என்று அது கண்ணில் பட்டதையெல்லாம் மேய்ந்துகொண்டே போனது. எல்லோர் முன்பும் அவமானப்படுத்திய கோபத்தில் பஷிர் இல்லாமல் தனியாக நடந்து போன கிடாவைத் தன்பலம் கொடுத்து கறிக்கடை ரஹீம்தான் தூக்கினான். வண்டியில் போட்டு தனது மகன் தோட்டத்திற்கு எடுத்துப் போனான்.

ஒருநாள் தோட்டத்தில் வைத்துவிட்டு பின்னர் கொண்டுபோய் விடலாம் என்றுதான் நினைத்தான். கெடாவுக்காக அவமானப்படுத்திய பஷிரை ஒருநாள் கொஞ்சம் கஷ்டப்படுத்த வேண்டும் என்பதைத் தவிர வேறு எந்தத் திட்டமும் அவனிடம் இல்லை. எடுத்துப் போனவனுக்குத் திரும்பக் கொண்டு வந்து விடுவது பெரும் போராட்டமாக இருந்தது. ஒருவேளை விடும்போது யாரேனும் பார்த்துவிட்டால் பஷிர் பட்ட அவஸ்தையை மனதில் வைத்து எல்லோரும் சேர்ந்து வெளுத்துவிடுவார்கள் என்று அவனுக்கும் தெரியும். தனது பொழப்பே போய்விடுமென்ற பயமும் இருந்தது. கிடாவும் மூன்று நாட்களாய் எதுவும் சாப்பிடாமல் "ம்மா ம்மா.." என்று கத்திக்கொண்டே இருந்தது. அதைப் பார்க்கும்போதெல்லாம் ரஹீமுக்கு என்னமோ போலிருந்தது. இது கத்திக் கத்தி தன்னைக் காட்டிகொடுத்து விடுமோ என்ற பயமும் இருந்தது. தான் செய்த காரியம் ஊருக்குத் தெரிந்துவிட்டால் நிச்சயம் கடையும் நடத்தமுடியாது என்று உள்மனம் எச்சரிக்கை கொடுத்தது. 'கெடாவை திரும்பக் கொண்டுபோய் விடுவது முட்டாள்தனம்.

காதும் காதும் வைத்தது போல நாளை இதனை முடித்துவிட வேண்டுமென்று முடிவு செய்து' இரவு படுக்கைக்குப் போனான்.

சரியாக தூக்கம் இல்லாத பஷிரின் உடல் தளர்ந்து போயிருந்தது. ரெஜியாவுக்கு என்ன செய்வது என்றே தெரியாமல் மனம் குழம்பியது. கெடாவைப் பறிகொடுத்து மூன்று நாட்கள் முடிந்து நான்காம் நாள் துவங்கியிருந்தது. சூரியன் கொஞ்சமாய் கண்திறந்து தூங்கிக்கொண்டிருக்கும் பூமியைப் பார்த்தது. டம்ளரில் டீயை ஊற்றி எடுத்து வந்து பஷிரை எழுப்பினாள். ஒருக்களித்துப் படுத்திருந்த அவரைத் தட்டி "மச்சான் சாயா கொண்டுவந்திருக்க எந்திரிங்க" என்றாள். மெல்லமாய் கண்விழித்தவர் கெடாவை அழைக்கும் நியாபகத்தில் "ஏய்.. ப்பா...ப்பா..." சுரமில்லாத குரலில் முனங்கிக்கொண்டே திரும்பினார்.

தூரத்தில் எங்கோ "ம்மா...ம்மா..." சத்தம் கேட்டது. அது தனது கிடாயின் சத்தமென்று எழுந்தார். "இல்ல மச்சான் உக்காருங்க, அது பக்கத்து தெரு ஆட்டோட சத்தம்" என்று ரெஜியா அமர்த்தினாள். அவர் பிடிவாதமாய் கட்டிலைப் பிடித்து எழுந்து நின்றார். "வேணா நான் பார்க்கிறேன் நீங்க உட்காருங்க" என்று அவரை அமர்த்தி தெருவைப் பார்த்தாள். தெரு முனையில் செங்கிடாய் 'ம்மா..ம்மா..' என்று துள்ளிக் குதித்து வந்தது. அதைப்பார்த்த ரெஜியாவுக்கு பேச்சு வராமல் திணறினாள். "மச்சான்.. மச்சான்" என்று அழைப்பதற்குள் வீட்டின்முன் கட்டிலில் சாய்ந்து உட்கார்ந்திருந்த அவரின்மீது நெஞ்சிலும் தொடையிலும் தனது தலையை வைத்துத் தேய்த்தது. அவரின் கைகள் நடுங்கின. அதனின் தலையைப்பிடித்துத் தடவினார். எதுவும் தெரியாததுபோல தெருவின் முக்கிலிருந்து பார்த்த கறிக்கடை ரஹீம் 'நீண்ட யோசனையில்' போவதைப்போல போய்க்கொண்டு இருந்தான்.

பஷிரின் கண்ணீர் கிடாயின் முகத்தை நனைத்தது. அது மீண்டும் மீண்டும் அவரின் நெஞ்சை தலைகொண்டு உரசியது. ரெஜியாவின் முகத்தில் நெளிந்த கண்ணீர் அவள் உதட்டில் பட்டு கடவாயில் வழிந்ததை முந்தானையால் துடைத்தாள்.

❏❏❏

வறண்டநிலத்தில் பூ

கிருஷ்ணமூர்த்தி அமர்ந்திருந்த பேருந்து நாமக்கல் பேருந்து நிலையத்துக்குள் நுழைந்து தோதான இடம் பார்த்து நிற்கும்போது நேரம் பதினொன்றைக் காட்டியது. மே மாத கத்திரி வெயில் ஜன்னல் வழியே சுல்லென்று சுட்டது. வெயில் நன்றாக ஏறுவதற்கு முன்பே கிளம்பவேண்டுமென்று மகன் செல்லமுத்து நேரமாக எல்லோரையும் கிளப்பியதால், வெள்ளனே எழுந்த களைப்பில் கிருஷ்ணமூர்த்தி இருக்கையில் கண் அசந்தவர் அப்படியே தூங்கிப் போனார். அருகில் பேத்தியும் ஜன்னலோரத்தில் மகனும் தூங்கிக்கொண்டு இருந்தனர். முன் இருக்கையில் மருமகளும் பேரனும் தூங்கிக்கொண்டிருந்தனர். .

“பஸ் பத்து நிமிஷம் நிற்கும், பாத்ரூம் போறவங்க போயிட்டு வாங்க” என்று நடத்துனர் கத்தும்போதுதான் எல்லோருக்கும் விழிப்பு வந்தது. “முறுக்கு முறுக்கே..” “கல்ல...பர்பி..” என்று பேருந்துக்குள் ஒருவர் கத்திக்கொண்டு வந்தார். அப்போதும்கூட மகனும் மருமகளும் பேரப்பிள்ளைகளும் தூங்கிக்கொண்டிருந்தனர். “செல்லமுத்து பாத்ரூம் போறயா எழுந்திடு” என்றார். கண் விழிக்காமல் “நான் போகல ஈரோடு போய் பாத்துக்கிறேன்” என்று வாயை மட்டும் அசைத்தான்.

“சரி நான் போயிட்டு வரேன்.”

“சீக்கிரம் வந்துடுங்க பஸ் எடுத்திர போறாங்க” என்றான் செல்லமுத்து, அப்போதும் அவனது கண்ணைத் திறக்கவில்லை. நன்றாகத் தூங்கி கொண்டிருக்கும் மருமகளையும் எழுப்பாமல் அவர் மட்டும் எழுந்தார். தனது காலுக்குக் கீழே வைத்திருந்த அவரது துணிப்பையை எடுத்து தோளில் மாட்டிக்கொண்டு நடந்தார்.

கிருஷ்ணமூர்த்தி மின்சார வாரியத்திலிருந்து ஓய்வு பெற்று எட்டாண்டுகள் முடிந்துவிட்டது. வயதின் தளர்வு அவருக்கு இருந்தது. மூத்த மகளை வங்கியில் வேலை பார்க்கும் உறவுக்காரருக்கு ஊர் பக்கமே கட்டிக்கொடுத்து விட்டதால் மகனின் கவலை மட்டுமே அவருக்கு இருந்தது. டிகிரி முடித்தவனுக்கு ஒரு நல்ல வேலை கிடைக்கவில்லை என்ற விசனத்தில் பலரையும் பிடித்து அதே மின்சார வாரியத்தில் வேலை வாங்கிக்கொடுத்தார். அவரும் எப்படியாவது மாறுதல் வாங்கி ஊர் பக்கமே மகனைக் கொண்டுபோக நினைத்தாலும் வாரியத்தில் உள்ள ‘கடுமையான விலைவாசியில்’ இப்போதைக்கு வேண்டாமென்று தள்ளிப் போய்க்கொண்டே இருக்கிறது. “வேல கிடைச்சதே பெருசு கொஞ்சம் அங்கேயே ஓட்டுங்க” என்றுதான் அவரோடு வேலை செய்த எல்லோரும் சொன்ன ஆலோசனை. அமராவதி யூனிட்டில் மகனைக் கொண்டுபோய்விட்டால் தொல்லையே இருக்காது.

மகள் வீட்டில் மனைவி இருப்பதினால் ஓய்வுக்குப் பின்பும் இருவரும் தனித்தனியே வாழ்க்கையைக் கடத்த வேண்டியுள்ளது. வீட்டிலிருந்து இரண்டு கிலோமீட்டர் தூரத்தில் உள்ள தனியார் பள்ளிகூடத்திற்கு மகள் வேலைக்குச் செல்வதால் மகள் குழந்தையைப் பார்க்க அவளும், மருமகள் ஆத்தூர் சொசைட்டியில் வேலை செய்வதால் மகன் குழந்தைகளைப் பார்க்க இவருமாக வாழ்க்கை இருவரையும் தனித்தனியாகப் பிரித்து ஐந்து வருடங்களைக் கடத்திவிட்டது. மே மாத விடுமுறையில் மட்டும்தான் ஊருக்குப் போக முடிகிறது. இடையில் ஒருமுறை ஒருவாரம் விடுமுறைக்குப் போய்வந்தது, அதுவும் பத்து மாதங்கள் கடந்துவிட்டது. இந்த முறை இரண்டு மாதங்கள் இருக்கலாம்.

கிருஷ்ணமூர்த்தி கடந்த நாற்பது வருடத்தில் ஒருபோதும் மனைவி கலையரசியிடம் பெரும் அன்பைப் பொழிந்தது இல்லை. மகள் கொஞ்சம் வளர்ந்தபின்பு மனைவியிடம் வெகுநேரம் பேசுவதைக்கூட நிறுத்திவிட்டார். வீட்டில் வேளைவேளைக்குச் சமைக்கவும், துணி துவைத்துப் போடவும் 'சம்பளம் இல்லாத வேலைக்காரி' என்ற மனநிலையில்தான் அவளைக் கையாள்வார். அப்படித்தான் குடும்பம் நடத்திவருகிறார். இப்போதுகூட மகனுக்கு மாறுதல் வாங்க நினைப்பது அவருடைய கூட்டாளி நண்பர்கள் எல்லாம் உடுமலை வட்டதுக்குள் இருப்பதால்தான். கடைசி காலத்தில் பழைய கதைகளைப் பேசி காலம் ஓட்டவேண்டும் என்பதைத் தவிர வேறு எந்த இலட்சிய நோக்கமும் அவருக்கு இல்லை.

கலையரசியும் "என்ன பொழப்பு இது, காலம் முழுக்க ஆக்கிப்போடவும், ஆய் கழுவமுமே வாழ்க்க போச்சு" என்று புலம்பினாலும் எப்போதும்போல ஐந்து மணிக்கு எழுந்து செய்யும் தினசரி வேலையை நிறுத்தியதே இல்லை. ஆத்தூருக்கு மகனோடு வந்த ஐந்து வருடத்தில் விரல்விட்டு எண்ணுமளவே மனைவியிடம் பேசி உள்ளார். அதுவும் "என்ன பண்ணுற?, சாப்டிய? உடம்ப பாத்துக்கோ, வேற ஏதாவது இருக்கா? சரி வச்சிறேன்" அவ்வளவுதான். அவளுக்கும் தெரியும், அதற்குமேல் இந்த மனிதரிடம் பெரியதாக விசாரிப்பு எதுவும் இருக்காது என்று. தொலைக்காட்சியில் இளம் ஜோடிகள் யாராவது கொஞ்சும்போது, "இந்த மனுஷன் எப்போ நம்மள கடைசியா கொஞ்சுனாறு" என்று கடந்த வாழ்வை மனதில் அசைபோடுவாள். கடைசிவரை நினைவு வராமல் அத்தோடு அப்படியே மறந்து அடுத்தவேலையைப் பார்க்க நகர்ந்து விடுவாள்.

வெயில் நன்றாகவே தலைக்குமேல் சுள்ளென அடித்தது. அவரின் தலையில் வெள்ளைக்காரன் ஆதிக்கமே அதிகம் இருந்தது. தனது சுருக்கம் விழுந்த முகத்தில் உள்ள கருப்பு பிரேம் கண்ணாடியைச் சரி செய்துவிட்டு 'ஒண்ணுக்கு'ப் போக எங்கே செல்வது என்று பார்வையைப் பேருந்து நிலையத்தில் அங்குமிங்குமாகப் பரப்பினார். தூரத்திலிருந்து பார்க்கும்போதே சுத்தம் செய்து பலகாலமான 'இலவசக் கழிப்பறை' தெரிந்தது. அங்கே வேண்டாம் என்று முடிவு செய்து பார்வையை வெளியே

விட்டார். வரிசையாகப் பழக்கடைகளும் தொடர்ந்து பூக்கடை, தள்ளு வண்டியில் செருப்புக் கடை என்று நீண்டிருந்தது. சிலர் மட்டும் வேட்டியைத் தூக்கிக் கட்டிக்கொண்டு கடைசியாக இருந்த பெட்டிக்கடைக்கு அருகில் உள்ள சந்து வழியே நுழைந்தார்கள். அங்குதான் நமக்கான வேலை இருக்கிறது என்று நடந்து போனார்.

சந்துக்குள் நுழைவதற்கு கொஞ்சம் முன்பே சிறுநீர் வாசனை வரவேற்றது. கழிவுப்பாதையில் ஒட்டியிருந்த சுவற்றில் 'விந்து விரயம் ஆகிறதா? விறைப்பு இல்லையா? அளவு சிறியதா? கவலை வேண்டாம்' என்ற மஞ்சள் மற்றும் ரோஸ் நிற சின்ன சின்ன சுவரொட்டிகள் வரிசையாக இருந்தது. ஒன்றில், 'திருப்தி இல்லையா பணம் உடனே வாபஸ்' என்று கொட்டை எழுத்தில் இருந்தது. இங்கே சுவரொட்டிகள் ஒட்டியபின்பு சிறுநீர் கழிக்கும் பழக்கம் வந்ததா? இல்லை சிறுநீர் கழிப்பது பார்த்து ஒட்டப்பட்டதா? என்ற சந்தேகம் எல்லோரையும் போல கிருஷ்ணமூர்த்திக்கும் வந்தது.

வேட்டியைத் தூக்கிக் கட்டி உட்கார்ந்தார். மூச்சைக் கொடுத்து சீக்கிரம் போனார். அங்கு கிளம்பிய வாசனை உடனே கிளம்பு இல்லையென்றால் வயது மூப்பில் மயக்கமாகி விடுவாய் என எச்சரிக்கை செய்தது போல இருந்தது. முடித்து சந்திலிருந்து வெளியேறிய பின்பும் பலகலவைகளின் சிறுநீர் வாசனை அவரைப் பின் தொடர்ந்தே வந்தது. இரண்டு முறை திரும்பியும் பார்த்தார். செருப்புக்கடை தாண்டும்போதும் வந்தது. கொஞ்சம் கொஞ்சமாய் நாசி அந்த வாசனையைத் துறந்து பூவின் வாசனையை நுகரத் தொடங்கியதில் மூச்சை நன்றாக இழுத்துவிட்டுக்கொண்டார். பூக்கடையிலிருந்து விரியும் வாசனை கிருஷ்ணமூர்த்திக்கு 'அப்பாடா' என்றிருந்தது.

கடைகளுக்குப் பின்னாலிருந்த போஸ்டரில் நடிகை ஷோபாவின் சாயலில் நடிகை ஒருத்தி நின்றுகொண்டிருந்ததைப் பார்த்த கிருஷ்ணமூர்த்திக்கு சினிமா கொட்டகையில் அப்போது டிக்கெட் வாங்க நடந்திய 'பாரக்கிரமம்' நினைவுக்கு வந்ததால் சிரித்துக்கொண்டே நடந்தார். ஷோபாவை யார் திருமணம் செய்வது என்ற தகராறில் கூட்டாளி குப்புசாமியின் சிறுமூக்கை உடைத்ததும், சமாதனம் பேச வந்த ஊர்ப் பெரியவர்கள் ஷோபா

யாரென்று தெரியாமல் "கூட்டாளிகளுக்குள்ள எதுக்கு சண்ட, பொண்ணு யாருக்குன்னு பின்னாடி முடிவு செஞ்சுக்கலாம்" என்று ஒப்பந்தம் செய்து முடித்துவைத்ததும் நினைவுக்கு வந்தது. இவர்கள் செய்த ஒப்பந்தம் எதுவும் கடைசிவரை ஷோபாவுக்குத் தெரியாது. தலைகாணிக்கடியில் ஷோபாவின் படத்தை வைத்து அவள் முகத்தில்தான் விழிப்பது, சட்டைப்பையில் சிறிய படம் வைத்துக்கொள்வது என்று அப்போது ஷோபாவின் நினைவாகவே இருந்தார். பின்னால் தனக்கு ஷோபா போன்ற பெண் வேண்டுமென்று அம்மாவிடம் நச்சரித்து அதே முகச்சாயலில் கலையரசியைத் திருமணம் செய்துகொண்ட நினைவையெல்லாம் அசைபோட்டபடியே நடந்தார். தானாகச் சிரித்தார்.

அப்போது, ஷோபாவின் "செந்தாழம் பூவில் வந்தாடும் தென்றல் என்மீது மோதுதம்மா" பாடலை சரத்பாபு ஜீப்பில் உட்கார்ந்து பாடுவதற்குப் பதிலாக தான் உட்கார்ந்து பாடுவது போல கனவு அடிக்கடி வந்து போனது. கல்யாணம் ஆன புதிதில் ஷோபா தற்கொலை செய்து இறந்தபோது தனது கூடவே நேற்றுவரை வாழ்ந்த தன் உயிர்மூச்சுக் காதலி இறந்ததைப்போல மனம் ஒடிந்துபோனார். தாடி வைத்து கொஞ்ச நாள் சுற்றித்திரிந்தார். சம்மந்தம் இல்லாமல் அவையெல்லாம் நினைவுக்கு வந்தன. வயதான ஷோபாவின் முகம் கலையரசியிடம் இருப்பதை நினைவுபடுத்தியபோது "நீதான் என் ஒரிஜினல் ஷோபா" என்று முதல் இரவில் பேசி அணைத்த நினைவு ஒருவித சலனத்தைக் கொடுத்தது. அப்போது மாப்பிளையைக் கேலி செய்ய பாலில் உப்பு போட்டு அவள் கொடுத்ததும் அதைக் குடித்தவர், 'அடிக்கள்ளி' என்று அவளை இறுக்கியதும் நினைவில் வந்தது. ஒரு நொடியில் நாற்பது வருடம் பின்னோக்கி சென்று வந்தார்.

மகனுக்கு இரண்டு வருடம் இருக்கும்போது சாராயம் குடித்துவிட்டு வந்து கலையரசியை "ஒரு அரசாங்க மாப்பிளைக்கு உங்கப்பன் அப்படி என்னடி செஞ்சான்" என்று மிதித்ததும், மறுநாள் போதை தெளிந்தபோது ஊரே காறித் துப்பியதும் அவரின் வாழ்வில் மறக்கமுடியாத நினைவுகள். அன்றுமுதல் அவளும் இவரை மனுசனாக மதித்ததே இல்லை. யாரவது குடும்ப வாழ்க்கையைப் பற்றி பேசினால் "இந்தாளிடம் வாக்கப்பட்டு என்ன சுகத்த கண்டேன்" என்று ஒரு வரியில்

உதிர்த்துவிட்டு அமைதியாக இருந்து விடுவாள். அந்த ஒற்றை வார்த்தையே அவளின் நீண்ட வாழ்வைப் போதுமானளவு சொல்லியது. பேருந்தின் ஹாரன் சத்தம் அவரைக் கலைத்தது.

பேருந்து கிளம்புவதற்கு தயாராகிக்கொண்டு ஹாரனை நான்கைந்து முறை அடித்தது. அருகில் ஒரு கடையில் முறுக்கு சுடும் வாசம் வந்தபோது பேரக் குழந்தைகளின் நினைவு வரவே கடையில் முறுக்கு பொட்டலத்தை வாங்கி பையில் திணித்தார். வேக வேகமாகப் போனவர் பேருந்து அருகில் சென்றபோது மகன் வெளியே நின்றுகொண்டிருப்பதைக் கவனித்தார்.

"எங்கப்பா போனீங்க."

"ஒண்ணுக்கு போனேன் பா" என்று சொல்லிவிட்டு பேருந்தில் ஏறினார். வெயில் இன்னும் கொஞ்சம் ஏறி இருந்தது. "எங்க மாமா போனீங்க" என்றாள் மருமகள். "சும்மா பஸ்டாண்டுக்கு வெளியே போனேன் மா" என்று சொல்லிவிட்டு முறுக்கை எடுத்து நீட்டினார். வெயிலில் வெகுநேரமாக கணவர் நிற்கும் உஷ்ணம் மருமகளின் முகத்தில் இருந்தது.

"சொல்லிட்டு போலாமில்ல" என்றாள்.

"நீங்க நல்லா தூங்கினீங்க அதான் எழுப்பல" என்று சொல்லும்போது அவரின் சத்தம் கொஞ்சம் பம்மியது. மருமகள் கடுப்பாக முகம் காட்டியதுபோல ஒருமுறை கூட கலையரசி செய்ததாக நினைவில் இல்லை. மருமகளிடம் மட்டும் பழகிவிட்டது. போய் வெகுநேரமாகிவிட்டதா? என்று தனக்குத் தானே கேட்டுக்கொண்டு, அமைதியாக ஜன்னல் ஓரத்தில் உட்கார்ந்தார். பேருந்து நகர்ந்தது. சூடான காற்று முகத்தில் அறைந்தது.

பேருந்து ஈரோடு வந்து நின்றது. "அப்பா, ஊருக்கு இங்கிருந்து அடுத்த பஸ்ல போகணுமா" என்று செல்லமுத்துவின் மகன் கேட்டான். "ஆமாண்டா எறங்கு. சாப்பிட்டுட்டு அடுத்த வண்டியில போகலாம்" என்று காலையில் இருந்த அதே சுடுதண்ணி வேகத்தோடு அவன் இருந்தான்.

உடுமலை வந்து சேர்ந்தபோது பொழுதாகியிருந்தது. பத்து மாதத்துக்குப் பின்பு ஊருக்கு வந்த கிருஷ்ணமூர்த்தியின் முகம்

வறண்டநிலத்தில் பூ | 117

பற்களால் விரிந்தது. சொந்த ஊரின் மண்வாசனை அவருக்கு உடலில் என்னவெல்லாமோ செய்தது. எதிரில் கூட்டாளி குப்புசாமி நடந்து வந்துகொண்டிருந்தார். "என்னடா ஷோபா புருசா பேரப் புள்ளைகளுக்கு லீவு விட்டாச்சா" என்றார். பல மாதங்களுக்குப் பின்பு ஊருக்குள் கூப்பிடும் பட்டப்பெயர். இந்தப் பட்டப்பெயர் குப்புசாமியின் மூக்கை உடைத்து ஷோபாவை மனைவி ஆக்கியதிலிருந்து ஒட்டிக்கொண்டது. கலையரசிக்கு கிருஷ்ணமூர்த்தியை மாப்பிள்ளை பார்க்க வந்தவர்கள், "ஏற்கனவே ஏதோ ஷோபானு பொண்ணோட கல்யாணம் ஆகிருச்சாமா, ரெண்டாம் தாராமா புள்ளைய தரமுடியாது" என்று மறுத்துவிட்டார்கள். பிறகு புரியவைத்து கல்யாணம் முடிவதற்குள்ளாக ஒரு வழியாகிவிட்டது. குப்புசாமியின் மூக்கை உடைத்த அன்றிலிருந்து ஊருக்குள் ஷோபா புருசன் என்றுதான் அழைத்தார்கள். அன்று ஷோபா இறந்தபோது எல்லோரும் வீட்டுக்கு வந்து இவனுக்கு ஆறுதல் சொன்னது கலையரசியின் வயிறு வாய் எல்லாம் எரிந்தது.

ஒரு வருடத்துக்குப் பிறகு கூட்டாளியைப் பார்த்த அவருக்கு பழையதெல்லாம் நினைவுக்கு வந்து குப்புசாமியின் கையைப் பற்றிக்கொண்டு, "மன்னுச்சுடுடா மாப்பிள்ள" என்று சொன்னார். "என்னாச்சு இவனுக்கு, பைத்தியம் பிடிச்சிடுச்சா" என்ற சந்தேகம் குப்புசாமிக்கு வந்தது, எதுக்கு மன்னிப்பு கேட்டான் என்று அவருக்கும் புரியவில்லை, ஏன் சொன்னேன் என்று இவருக்கும் தெரியவில்லை. "ஆயிரம்தான் இருந்தாலும் கடைசில ஷோபவத்தானே புடுச்ச" என்று கலையரசியைக் குறிப்பிட்டு சொன்னபோது கிருஷ்ணமூர்த்தி வாய்விட்டுச் சிரித்தார். பெருசுகள் என்னமோ பேசுங்க என்று எப்போதோ மகனும் மருமகளும் குழந்தைகளோடு போய்விட்டார்கள். காலையில் போஸ்டரில் ஷோபாவைப் பார்த்ததிலிருந்தே கடந்துபோன பழைய நினைவெல்லாம் மனதில் வந்து வந்து மோதியது.

சரி பிறகு பார்க்கிறேன் என்று சொல்லிவிட்டு கிருஷ்ணமூர்த்தி கிளம்பினார். "ஆயிரம்தான் இருந்தாலும் கடைசில ஷோபவத்தானே புடுச்ச" என்று குப்புசாமி சொன்ன வார்த்தை, காலையில் போஸ்டர் பார்த்தபோது வந்த அதே நினைவு மீண்டும் மனசுக்குள் கிளறியது. முப்பது வருடத்துக்குப் பிறகு

யாருக்கும் தெரியாமல் அவளுக்கு வாங்கிய 'மல்லிகை பூவின்' வாசனை பையிலிருந்து திமிறி வெளியே வந்தது. முறுக்கு வாங்குவதற்கு முன்னதாகவே, "அவளுக்கு பூ வாங்கி கொடுத்து எவ்வளவு வருஷமாச்சு. ஒரு மனுஷியாகூட மதிக்கலையே ச்சே" என்று வெகுகாலத்துக்குப் பிறகு வந்த உறுத்தலில் பூவை வாங்கி கசங்காமல் பைக்குள் வைத்ததிலிருந்தே மகனோ மருமகளோ பார்த்துவிடுவார்களோ, பூ வாசம் வெளியே வந்து மரியாதை போயிடுமோ என்ற அச்சம் இருந்துகொண்டே இருந்தது. அதனாலேயே பையை யார் கையிலும் கொடுக்காமல் தூக்கிக் கொண்டே திரிந்தார்.

வீட்டுக்குச் சென்றபோது எல்லோரும் வீட்டுக்கு வெளியே உள்ள மரத்தடியில் உட்கார்ந்து தேனீருக்காகக் காத்துக் கொண்டிருந்தார்கள். கலையரசி எல்லோருக்கும் தேநீர் கொடுத்துக்கொண்டிருந்தாள். முகத்தில் ஒரு வெறுமை இருந்தது. 'அவள் தனக்காக அது வேண்டும் இது வேண்டுமென்று' எப்போதும் எதனையும் விரும்பிக் கேட்காதவள். அவளுக்கு பிடித்த புளிக்குழம்பைக்கூட எல்லோரும் சாப்பிடவேண்டும், விரயம் ஆகக்கூடாது என்று எப்போதாவதுதான் சமைப்பாள். அவளின் முகச் சுருக்கம் கடந்தமுறை வந்ததைக் காட்டிலும் கூடுதலாக இருந்தது. அவளின் மாநிறம் கொஞ்சம் மங்கிப்போய் இருந்தது. தலைமுடி கலைந்து வடு எடுக்காமல் ஆங்காங்கே துருத்திக்கொண்டிருந்தது.

இவரைப் பார்த்தவுடன் 'வாங்க' என்று மட்டும் சொல்லிவிட்டு பேரனுக்குத் தேனீர் ஆற்றினாள். மாப்பிள்ளை, மகளைப் பார்த்து சிரித்துவிட்டு "நல்ல இருக்கீங்களா மாப்பிள்ள, இந்தா முகம் கழுவிட்டு வந்தறேன், நீங்க டீய குடிங்க" என்று சொல்லிவிட்டு வீட்டுக்குள் சென்றார். வெளியே நின்றுகொண்டிருந்த மனைவியைக் கூப்பிட நா தடுமாறியது. எப்போதும் அதட்டி அழைக்கும் அவரின் சுபாவம் தடுமாறியது. முதல்முறையாக வெட்கம் வந்ததை அவராலேயே நம்ப முடியவில்லை. அவளை அழைப்பதை யாராவது தவறாக நினைத்துவிட்டால் என்ன செய்வது என்று உறுத்தலாக இருந்தது. பூ கொடுக்க வேண்டுமே, வேறு வழியில்லை கூப்பிடவேண்டியதுதான்.

“இந்த இங்க வா” என்று அவர் எப்போதும்போல கூப்பிடும் அதே தோரணையில் கலையரசியைக் கூப்பிட்டார்.

“இனி இந்த மனுஷன் போற வரைக்கும் அத எடு இத எடுன்னு ஒரே ரோதனையா இருக்கும். அஞ்சு நிமிஷம் உட்கார உடமாட்டாரு” என்று புலம்பிக்கொண்டே உள்ளே வந்தாள்.

“சொல்லுங்க என்ன வேணும்” என்று வந்து நின்றவளை “வாடி என் ஒரிஜினல் ஷோபா” என்று இடுப்போடு இழுத்துப்பிடித்து உதட்டில் அழுத்தி ஒரு முத்தம் வைத்தார். “உன்ன கஷ்டப்படுத்தியிருந்தா மன்னுசுக்கோ” என்று சொல்லிவிட்டு வெளியே போனார். பேரதிர்ச்சி அடைந்தவள் கையில் வாழை இலையில் பொட்டலம் கட்டிய மல்லிகைப்பூ கொத்து இருந்தது. வெகுகாலத்துக்குப் பிறகு நடந்த விபத்தைச் சுதாரித்து மீண்டபோது அவள் முகம் சிவந்திருந்தது.

கிருஷ்ணமூர்த்திக்குச் சுடச்சுட தேனீர் கொண்டு வந்து கொடுத்தாள். அவள் கூந்தலை யாருக்கும் சந்தேகம் வராதவகையில் கொஞ்சமாக வாரியிருந்தாள். முகம் கழுவி இருந்தாள். கிருஷ்ணமூர்த்தியின் கையில் தேனீரைக் கொடுக்கும்போது முகத்தைப் பார்க்காமல் எங்கோ திரும்பிக் கொடுத்தாள். வறண்ட அவளின் உதட்டு நிலத்தில் சிறுபூ அரும்பி இருந்தது. தேனீரை அவர் குடித்தபோது உப்புக் கரித்தது. ‘அடிக்கள்ளி’ வெளிவந்த வார்த்தை அப்படியே வாய்க்குள்ளேயே நின்றது. சூடு நாக்கின் நுனியில் பட்டு அவர் முகம் மலர்ந்தது.

❑❑❑